தமிழகத்தில் அடிமைமுறை

தமிழகத்தில் அடிமைமுறை

ஆ. சிவசுப்பிரமணியன் (பி. 1943)

தமிழகத்தின் முக்கியமான சமூக விஞ்ஞானிகளுள் ஒருவர். நாட்டார் வழக்காற்றியல், அடித்தள மக்கள் வரலாறு ஆகிய துறைகளில் பல நூல்கள் எழுதியுள்ளார். நீண்டகாலமாக நாட்டார் வழக்காற்றியல் துறையில் ஆர்வத்துடன் ஈடுபட்டுவருகிறார். இந்திய விடுதலைப் போராட்ட வரலாற்றில் தமிழகத்தின் பங்களிப்பு குறித்து ஆராய்வதிலும் ஆர்வம் கொண்டவர். பேராசிரியர் நா. வானமாமலையின் மாணவர்.

இத்துறையில் இவரது பங்களிப்பைப் பாராட்டி, தமிழ்நாடு முற்போக்கு எழுத்தாளர் கலைஞர் சங்கம் வாழ்நாள் சாதனையாளர் விருது வழங்கியுள்ளது. அமெரிக்கத் தமிழர்களின் 'விளக்கு' இலக்கிய அமைப்பு இவருக்கு 2018ஆவது ஆண்டிற்கான புதுமைப்பித்தன் இலக்கிய விருது வழங்கிப் பாராட்டியுள்ளது. தஞ்சைத் தமிழ்ப் பல்கலைக்கழகம் 2019இல் மதிப்புறு முனைவர் பட்டம் வழங்கிச் சிறப்பித்துள்ளது.

ஆசிரியரின் பிற நூல்கள்
[காலச்சுவடு வெளியீடுகள்]

- கிறித்தவமும் சாதியும் (2001)
- ஆஷ் கொலையும் இந்தியப் புரட்சி இயக்கமும் (1986, 2009)
- மந்திரமும் சடங்குகளும் (1988, 1999)
- கிறிஸ்தவமும் தமிழ்ச் சூழலும் (2007, 2010)
- வரலாறும் வழக்காறும் (2008)
- ஆகஸ்ட் போராட்டம் (2008)
- உப்பிட்டவரை... (2009)
- தமிழ்க் கிறித்தவம் (2014)
- பனைமரமே! பனைமரமே! (2016)
- ஆணவக் கொலைச் சாமிகளும் பெருமிதக் கொலை அம்மன்களும் (2022)

பதிப்பு

- உபதேசியார் சவரிராய பிள்ளை 1801–1874 (2006)

ஆ. சிவசுப்பிரமணியன்

தமிழகத்தில் அடிமைமுறை

காலச்சுவடு பதிப்பகம்

● அன்பார்ந்த வாசகருக்கு,

வணக்கம்.

காலச்சுவடு நூலை வாங்கியமைக்கு நன்றி.

நூலின் உள்ளடக்கம், உருவாக்கம், அட்டைப்படம் இன்ன பிற அம்சங்கள் பற்றிய உங்கள் கருத்துகளையும் ஆலோசனைகளையும் காலச்சுவடு வரவேற்கிறது. தகவல், எழுத்து, வாக்கியப் பிழைகள் தென்பட்டால் அவசியம் தெரிவித்து உதவுங்கள். நூல் தயாரிப்பில் கடும் குறைபாடு இருப்பின் மாற்றுப் பிரதி உங்களுக்குக் கிடைக்கக் காலச்சுவடு ஏற்பாடு செய்யும்.

மின்னஞ்சல்: publisher@kalachuvadu.com

காலச்சுவடு நாகர்கோவில் அலுவலகத்திற்குக் கடிதம் அனுப்பலாம்.

தங்கள்
எஸ்.ஆர். சுந்தரம் (கண்ணன்)
பதிப்பாளர் – நிர்வாக இயக்குநர்

தமிழகத்தில் அடிமைமுறை • தமிழக அடிமைமுறை குறித்த ஆய்வு • ஆசிரியர்: ஆ. சிவசுப்பிரமணியன் • © ஆ. சிவசுப்பிரமணியன் • முதல் பதிப்பு: ஏப்ரல் 2005, திருத்தப்பட்ட பத்தாம் பதிப்பு: ஜூலை 2021, பதினாறாம் பதிப்பு: மார்ச் 2025 • வெளியீடு: காலச்சுவடு பப்ளிகேஷன்ஸ் (பி) லிட்., 669, கே.பி. சாலை, நாகர்கோவில் 629 001

tamizakattil aTimaimuRai • Monograph on slavery in Tamilnadu • A.Sivasubramanian • © A.Sivasubramanian • Language: Tamil • First Edition: April 2005, Revised Tenth Edition: July 2021, Sixteenth Edition: March 2025 • Size: Demy 1 x 8 • Paper: 18.6 kg maplitho • Pages: 176

Published by Kalachuvadu Publications Pvt.Ltd., 669, K.P. Road, Nagercoil 629001, India • Phone: 91-4652-278525 • e-mail: publications @kalachuvadu.com • Printed at Clicto Print, Jaleel Towers, 42 KB Dasan Road, Teynampet Chennai 600018

ISBN: 978-81-89359-08-9

03/2025/S.No. 124, kcp 5648, 18.6 (16) uss

கருத்துக்களுக்குக் கடிவாளமிடாது
தட்டிவளர்ப்பதே தந்தையின் கடமையென்னாது
சிந்தனை வளர்ச்சியில்
சீரிய துணையாய் நின்ற
அருமைத் தந்தை
சி. ஆழ்வாரப்பன்
அவர்களின் நினைவுக்கு . . .

நன்றியுரை

1982 மே இறுதியில் குமரி மாவட்டக் கலை இலக்கியப் பெருமன்றத்தினரின் ஆறாவது கலை இலக்கியப் பயிற்சி முகாமில் நான் நடத்திய வகுப்பின் விரிவாக்கமாக 'அடிமைமுறையும் தமிழகமும்' என்ற தலைப்பில் 64 பக்கங்களைக் கொண்ட சிறுநூல் ஒன்று 1984இல் வெளிவந்தது. இவ்வகுப்பினை நடத்த அழைத்ததன் மூலம் இது தொடர்பாகச் சிந்திக்கத் தூண்டிய குமரி மாவட்டக் கலை இலக்கியப் பெருமன்றத் தோழர்களுக்கும் நூல்களைக் கொடுத்துதவிய வ.உ.சி. கல்லூரி, நூலகர் அண்ணன் ஜே. முத்தையா பர்னாந்து, நூலகப் பணியாளர்கள் திருவாளர்கள் அருணாசலம், ராஜப்பன், பேராசிரியர் எம். பாலசுப்பிரமணியன், சுப. புன்னைவனராசன், கன்னிமாரா நூலகத்திலிருந்து சேலம் மாவட்ட கெசட்டியரின் சில பகுதிகளைப் படியெடுத்துதவிய தோழர் ஆர். நடராசன், சில ஆங்கில மேற்கோள்களைத் தமிழாக்கம் செய்த பேராசிரியர்கள் வ. முத்தையா, கே. தங்கராஜ், தேவையான செய்திகளைத் தட்டச்சு செய்துதவிய அருமைத் தம்பி ராசு, கையெழுத்துப் பிரதியினைப் படியெடுத்துதவிய தம்பி ஆர். உலகநாதன், இதனை அச்சு வடிவில் கொண்டு வரத் தூண்டிய தோழர் ஆர். நல்லகண்ணு, இதனை 'மார்க்சிய ஒளி'யில் தொடர்ந்து வெளியிட்டு ஊக்குவித்த தோழர் அ. சீனிவாசன் ஆகியோர் அனைவருக்கும் என் இதயபூர்வமான நன்றி.

இந்நூலின் திருத்திய பத்தவாது பதிப்பை வெளியிடும் காலச்சுவடு பதிப்பகத்திற்கும் அச்சுப்படியைச் செப்பம் செய்துதவிய எம்.எஸ்., பா. மதிவாணன் மற்றும் கணினியாக்கம் செய்துதவிய விஜயகுமார், நாகம், ஜெயா, பா. கலா முருகன், ரா. ஹெமிலா ஆகியோருக்கும் என் நன்றி.

இந்திய கம்யூனிஸ்ட் கட்சியின் தஞ்சை மாவட்டக்கிளை வெளியிட்ட பொன்விழா மலரில் இடம்பெற்றிருந்த ஓவியத்தை அடியொற்றியே இந்நூலின் அட்டைப்படம் உருவாகியுள்ளது. இம்மலர்க்குழு தோழர்களுக்கும் என் நன்றி.

•

பொருளடக்கம்

	முன்னுரை	13
1.	அடிமைமுறையின் தோற்றம்	15
2.	அடிமைமுறையும் தமிழகமும்	22
3.	பல்லவர் கால அடிமைமுறை	30
4.	பிற்காலச் சோழர் கால அடிமைமுறை	39
5.	விஜயநகரப் பேரரசுக் கால அடிமைமுறை	48
6.	தஞ்சை மராத்தியர் ஆட்சியிலும் நாஞ்சில் நாட்டிலும் அடிமைமுறை	59
7.	தேவரடியார்களும் அடிமைமுறையும்	70
8.	ஆங்கில ஆட்சியில் அடிமைமுறை	80
9.	தமிழக அடிமைமுறையின் தன்மை	98
10.	முடிவுரை	112
	பின்னிணைப்புகள்	115
	அடிமை ஆவணங்கள்	119
	அடிக்குறிப்புகள்	167
	துணை நூற்பட்டியல்	170

சுருக்கக் குறியீடுகள்

அ,ஆ	: அடிமை ஆவணம் (பின்னிணைப்பில் உள்ளவை)
A.R.E.	: Annual Report on Indian Epigraphy
I.P.S	: Inscriptions (Text) of the Pudukottai State.
K.S.P	: Kerala Society Papers
S.I.I.	: South Indian Inscriptions
T.A.S	: Travancore Archeological Series

முன்னுரை

சேரன் செங்குட்டுவன் கனகவிசயர் தலையில் கல்லேற்றியது வரலாற்றுண்மையா அல்லது கவிஞனின் கற்பனையா என்பது நமக்குத் தெரியாது. ஆனால் அதைப் பேசி மகிழும் இந்நேரத்தில் ஆந்திரத்திலும் வடமாநிலங்களிலும் கொத்தடிமைகளாக நம் தமிழர்கள் கல்லுடைத்துக் கொண்டிருப்பது என்னவோ அப்பட்டமான உண்மை. காலங்காலமாக – தமிழ்ச் சமுதாயத்தில் நிலவி வந்த அடிமைத்தன்மையின் தொடர்ச்சிதான் இக்கொத்தடிமைமுறை.

அமிஞ்சி, அடிமை, அடியான், மூப்படியான், படியாள், பண்ணையாள், குடிப்பறையன், கொத்தடிமை எனப் பல்வேறு பெயர்களில் தமிழர் களில் ஒரு பிரிவினர் அடிமைகளாய் அல்லல்பட்டு ஆற்றாது அழுது மடிந்த துயர நிகழ்ச்சிகள் மறக்க முடியாத வரலாற்றுண்மைகளாகும். இத்தகைய வரலாறு இன்னும் முடிந்துவிடவில்லை. இன்றும் புதிய வடிவில் பல்வேறு தொழில்களில் அடிமைநிலை நீக்கமற நின்று நிலவுகிறது.

தமிழ்ச்சமுதாய வரலாற்றில் இவ்வடிமைகளைக் குறித்து ஆராயாமல், அடிமைகளே தமிழர்களிடம் இருந்ததில்லை என்பது நம்மை நாமே ஏமாற்றிக் கொள்வதாகும்.

தமிழகத்தில் நிலவிய அடிமைத்தனத்தின் தன்மையினை ஆராய்வதே இந்நூலின் நோக்கமாகும்.

முதலில் வெளியான குறுநூலைப் படித்துவிட்டு "ஆராய்ச்சியாளர் திரு. ஆ. சிவசுப்பிரமணியன்

பல்வேறு சான்றுகளுடன் இந்தப் பிரச்சினையை ஆய்வு செய்து வெளியிட்டுள்ளார். அவருக்கு நமது இயக்கத்தின் சார்பில் நன்றி உரித்தாகுக" எனத் தமிழ் மாநில விவசாய சங்கத்தின் தலைவர்களுள் ஒருவராகவும் நாடாளுமன்ற உறுப்பினராகவும் இருந்த தோழர். மா. காத்தமுத்து, 'தஞ்சை மாவட்ட வர்க்கப் போராட்ட வரலாறு' என்ற கட்டுரையில் குறிப்பிட்டிருந்தார். இந்தியக் கம்யூனிஸ்ட் கட்சியின் தமிழ் மாநிலச் செயலாளராக இருந்த அன்பு அண்ணாச்சி. ப. மாணிக்கம் இந்நூலை விரிவாக எழுத வேண்டும் என்று அவ்வப்போது வற்புறுத்தி வந்தார்.

இவையெல்லாம் அளித்த உற்சாகத்தினால் ஒரு புதிய நூலாக இந்நூல் வெளிவருகிறது. இந்நூலில் மூன்று புதிய அத்தியாயங்கள் இணைந்துள்ளன. 1984க்குப்பின் வெளியான கல்வெட்டு மற்றும் செப்பேடுகளில் இடம் பெற்றுள்ள புதிய செய்திகள் இந்நூலில் இடம்பெற்றுள்ளன. 29 அடிமை ஆவணங்கள் பின்னிணைப்பாக இணைக்கப்பட்டுள்ளன. மொத்தத்தில் இது ஒரு புதிய நூலாக உருப்பெற்றுள்ளது.

மன்னர்களின் வாழ்க்கை வரலாற்றினையே நாட்டு வரலாறாகப் பார்க்கும் பழக்கம் இன்று மெல்ல மெல்ல மறைந்து வருகிறது. சமுதாய வரலாற்றில், உழைப்பவர்கள் வகித்த பங்கினை அறியும் ஆர்வம் வளர்ந்து வருகிறது. வரலாற்றின் விளிம்புநிலைக்குத் தள்ளப்பட்ட, ஒடுக்கப்பட்ட மக்களையும் சாமானிய மனிதர்களையும் வரலாற்று மையத்திற்குக் கொண்டுவரும் வரலாற்று வரைவுகள் உருவாகிவரும் சூழலில் இந்நூலும் வாசகரின் ஆதரவைப் பெறுமென்று நம்புகிறேன்.

ஆ. சிவசுப்பிரமணியன்
08—03—2005

'பாரதி'
2/36 அ, மூன்றாம் குறுக்குத் தெரு
தபால் தந்தி குடியிருப்பு (மேற்கு)
தூத்துக்குடி – 628 008.

1

அடிமைமுறையின் தோற்றம்

ஆதிப் பொதுவுடமைச் சமுதாயத்தில் போரில் பிடிபட்ட கைதிகளைப் போர்க்களத்தில் கொன்று வந்தனர். உற்பத்திமுறை வளர்ச்சியுற்றபோது போர்க் கைதிகளைக் கொல்வதற்குப் பதிலாக அவர்களை உற்பத்தியில் ஈடுபடச் செய்தனர். எகிப்தில் போரில் பிடிபட்டவர்கள் Killed என்றழைக்கப்பட்டனர். பின்னர் அடிமைகள் Living Killed என்றழைக்கப்பட்டனர். வேத கால இந்தியாவில் "தஸ்யூ" அல்லது "தாஸ" என்ற சொல் முதலில் பகைவரையும் பின்னர் "தாஸர்" என்ற சொல் அடிமையையும் குறித்தது.

ஒரு குலம் அல்லது கணத்திற்கென்று அடிமைகளை வைத்திருக்கும் பழக்கம் ஏற்பட்ட பின்னர் சமூகத்தில் உபரி உற்பத்தி அதிகரித்தது. ஆனால் உற்பத்தியில் ஈடுபட்ட கைதிகளுக்கு உற்பத்தி செய்த பொருள்களின் மீது எவ்வித உரிமையும் இல்லை. மாறாக அவர்கள் உயிர் வாழ்வதற்குத் தேவையான அளவிற்கு மட்டும் உணவளிக்கப்பட்டது. அவர்களது அடிப்படைத் தேவைகளைப் பூர்த்தி செய்ய வேண்டும் என்பதற்காக அவர்கள் உழைக்கவில்லை. பிறருக்கு உபரி உற்பத்தியினை அளிப்பதற்காகவே அவர்கள் உழைத்தனர். இவர்களின் உழைப்பினைப் பலவந்தத்தின் மூலம் பெற்ற சமுதாயம் சொத்துக்களை மிகுதியாகச் சேர்க்கும் சமுதாயமாக மாறியது. இப்பணியில் உதவமுடியாத நிலையினை

அடிமைகளாக்கப்பட்ட பகை நாட்டவரை அழைத்துவரும் காட்சி

எய்தும் கைதிகள் கொல்லப்பட்டனர். அல்லது அனாதரவாகக் கைவிடப்பட்டனர்.

ஆதிப் பொதுவுடைமைச் சமுதாயத்தின் இறுதிக் கட்டத்தில் தனியுடைமை முறை வேர் விடத் தொடங்கிய பிறகு பூசாரிகளும் குழுத்தலைவர்களும் குலச்சொத்தான அடிமைகளைத் தங்களின் தனிச் சொத்துக்களாகக் கொள்ளத் தொடங்கினர். இவ்வாறு அதிகமான அடிமைகளைக் கொண்டிருப்பவன் அதிகமான உபரி உற்பத்தியின் உரிமையாளனாக மாறினான். இதன் காரணமாக அவனுக்குச் சமுதாயத்தில் ஆதிக்கம் செலுத்தும் வலிமை ஏற்பட்டது. இதனால் சமுதாயத்தில் அடிமைகள் மிகுதியாகத் தேவைப்பட்டனர்.

இத்தேவையைப் பூர்த்தி செய்யப் போரில் தோற்றவர்கள் மட்டுமன்றி வேறு சிலரும் அடிமைகளாக மாற்றப் பட்டனர். இவர்கள் –

1. கடன்பட்டவர்கள்
2. அடிமைகளின் குழந்தைகள்
3. சுயேச்சையான பெற்றோர்களினால் அடிமைகளாக விற்கப்பட்ட குழந்தைகள்
4. கொள்ளை-கடத்தல் மூலம் அடிமைகளாக விற்கப் பட்டவர்கள்

எனப் பல வழிகளில் அடிமைகளாக ஆக்கப்பட்டனர். இவ்வாறு விருப்பத்திற்கு மாறாகப் பலவந்தமாக மக்களில் ஒரு பகுதியினரை உற்பத்தியில் பயன்படுத்திய உற்பத்தி முறையை அடிமை உற்பத்தி முறை என்றும். இத்தகைய உற்பத்தியில் பயன் படுத்தப்பட்டவர்களை அடிமைகள் என்றும் குறிப்பிடுகிறோம்.

தொன்மை நாகரிக நாடுகளும் அடிமைகளும்

கிரேக்கம், ரோம், எகிப்து, பாபிலோன் போன்ற நாடுகள் தொன்மையான நாகரிக நாடுகள் என்றழைக்கப்படுகின்றன. இந்நாடுகளின் வளத்திற்கும், வளர்ச்சிக்கும் அடிமைகளின் உழைப்பே மூலதாரமாக அமைந்தது.

முதலில் குறிப்பிட்டதுபோல் இந்நாடுகளில் போரின் மூலம், பலர் அடிமைகளாக ஆனார்கள், உதாரணமாக ஆசியா மைனரின் கடற்கரையில் நிகழ்ந்த சண்டையில் கிரேக்க நாட்டின் ஏதேனியன் படை 20,000க்கும் மேற்பட்ட மக்களைப் பிடித்து வந்து அடிமைகளாக விற்றது.

இந்நாடுகளில் அடிமைகளை விற்க அடிமைச் சந்தைகள் தோன்றின. ஆண்களும், பெண்களும், குழந்தைகளும் இங்கு கொண்டு வரப்பட்டு விற்கப்பட்டனர். அடிமைகளை வாங்குபவர்கள் இவர்களை நன்றாகப் பரிசோதித்தே வாங்கினர். அவர்களின் தசைகளைக் கிள்ளிப் பார்த்தனர், கனமான பாரத்தை தூக்கச் செய்தும், ஓடவும் குதிக்கவும் செய்தும் அவர்களின் வலிமையைப் பரிசோதித்தனர். ஒவ்வொரு அடிமையின் மார்பிலும் அவனது வயதையும் திறமையையும் குறிக்கும் ஒரு பட்டயம் தொங்கும். வாங்குபவர்களும் விற்பவர்களும் பேரம் பேசி இவர்களை வாங்கினர்.

பண்டையக் கிரேக்கத்தின் அடிமைச் சந்தை

அடிமைகளின் பணி

இந்நாடுகளில் ஒயின் தொழிற்சாலைகள், செம்பு, ஈயம், வெள்ளிச் சுரங்கங்கள், மட்பாண்டங்கள் செய்யும் தொழிற்கூடங்கள் ஆகியவைகளில் மிகுதியான அளவில் அடிமைகள் பயன்படுத்தப்பட்டனர். மிகக் குறைந்த அளவிலேயே விவசாயத்தில் அடிமைகள் ஈடுபடுத்தப்பட்டனர். ரோம் நாடு மட்டும் இதற்கு விதிவிலக்காக அதிகமான அளவில் விவசாயத்தில் அடிமைகளை ஈடுபடுத்தியது.

பிரபுக்களின் மகிழ்ச்சிக்காக
சண்டையிடும் கிளாடியேட்டர்கள்

ரோம் நாட்டில் உடல் வலிமையுடைய அடிமைகள் போர்க்கருவிகளைக் கையாளப் பயிற்சி கொடுக்கப்பட்டனர். இவர்கள் கிளாடியேட்டர்ஸ் (Gladiators) என்றழைக்கப்பட்டனர்.[1]

தற்கால சர்க்கஸ் அரங்குகளைப்போல் மரம் அல்லது கல்லால் கட்டப்பட்ட ஆம்பி தியேட்டர் (Amphi Theatre) என்னும் அரங்குகளில் கிளாடியேட்டர்களை ஒருவரோடொருவர் போரிடும்படிச் செய்தோ புலி, சிங்கம் போன்ற விலங்குகளுடன் போரிடச் செய்தோ பார்த்து மகிழ்ந்தனர். போரில் எதிரியால் வீழ்த்தப்பட்ட நிராயுத பாணியான கிளாடியேட்டரின் உயிர்,

ஆ. சிவசுப்பிரமணியன்

பார்வையாளர்களான பிரபுக்களின் கை அசைவில் ஊசலாடும். அவர்கள் தம் கைகளை உயரே தூக்கினால் அவன் கொல்லாது விடப்படுவான். அவர்கள் தம் கட்டை விரலைக் கீழ்நோக்கிக் காட்டினால் வெற்றி கொண்டவனால் குத்திக் கொல்லப் படுவான்.

அடிமைகளின் வாழ்க்கை நிலை

காலையிலிருந்து இரவுவரை கடினமான உழைப்பில் அடிமைகள் ஈடுபடுத்தப்பட்டனர். அவர்களை மேற்பார்வை யிடுபவன் சவுக்கால் அடித்து வேலை வாங்கினான். இவர்கள் மனிதர்களாகவே கருதப்படவில்லை. மாறாக உற்பத்திக் கருவியாகவே கருதப்பட்டனர். கி.மு. முதல் நூற்றாண்டில் வாழ்ந்த வார்ரோ என்ற ரோமாபுரி எழுத்தாளர் விவசாயம் பற்றிய தமது நூலில் விவசாயக் கருவிகளைப் பின்வருமாறு வகைப்படுத்தியுள்ளார்.

1. பேசுகின்றவகை – அடிமைகள்
2. தெளிவற்ற ஒலிகளை எழுப்பும் வகை – மாடுகள் மற்றும் விலங்குகள்
3. பேசாவகை – வண்டிகள், ஏர் போன்ற கருவிகள்

கிரேக்க நாட்டுத் தத்துவ ஞானியான அரிஸ்டாட்டில் ‘பேசும் கருவி’ என்றே அடிமைகளைக் குறிப்பிட்டுள்ளார். அடிமைகள் தங்கள் பெயரையும் இழந்தனர். கேலியான பட்டப் பெயராலோ, அவர்கள் பிடித்துவரப்பட்ட நாட்டின் பெயரால், எகிப்தியன், பாரசிகன் என்று அழைக்கப்பட்டனர்.

மெசபொடோமியா நாட்டில் அடிமைகள் I gi-nu-du- என்றழைக்கப்பட்டனர். இதற்கு “உயர்த்தாத கண்கள்” (Not raising eyes) என்று பொருள், தங்கள் உடமையாளர்களை ஏறிட்டும் நோக்காத தன்மை உடையவர்களாக இருக்க வேண்டும் என்பதனை இப்பெயர் உணர்த்துகிறது.

இவ்வடிமைகள் இச்சமுதாயத்தில் உற்பத்திக் கருவிகளாகக் கருதப்பட்டதால் இவர்களை மனிதர்களாக நடத்தவில்லை, விலங்குகளைப்போன்று இவர்களுக்குச் சூடுபோட்டு அடையாளக் குறியிட்டனர், ரோம் நாட்டில் அடிமையின் முகத்தில்கூட அடையாளக் குறிகள் இடப்பட்டன. பாபிலோனில் அடிமை களின் தலைமுடி தனிவிதத்தில் கத்தரிக்கப்பட்டது.

சமுதாயத்தின் பொருள் உற்பத்தியில் முக்கிய அங்கம் வகித்த அடிமைகளைக் குறித்துப் பல சட்டங்கள் இச்சமுதாயத்தில் தோன்றின.

கிட்டத்தட்ட எழுபத்தைந்து ஆண்டுகளுக்கு முன்னர் தொல் பொருள் ஆய்வாளர்கள் மெசபொடோமியாவிற்கு அருகில் மனிதனை விட உயரமான கருங்கல்பாளம் ஒன்றைக் கண்டெடுத்தனர். அதில் இரண்டு பக்கமும் கல்வெட்டுக்கள் பொறிக்கப்பட்டிருந்தன. இதனை ஆராய்ந்த ஆய்வாளர்கள் கி.மு. 1792–1750) வரை ஆண்ட ஹெமுராபி என்ற மன்னனால் பாபிலோனிய மக்களுக்கு வகுக்கப்பட்ட சட்டங்களே அக்கல்வெட்டு என்பதனைக் கண்டுபிடித்தனர். அதில் அடிமைகளைக் குறித்துப் பின்வரும் சட்டங்கள் உள்ளன:

1. பிறருடைய அடிமைகளைத் திருடுபவன் கொல்லப் படுவான்.

2. ஓடிப்போன அடிமையை ஒளித்து வைப்பவன் கொல்லப் படுவான்.

3. அடிமையின் சூட்டுக்குறியை வெட்டி நீக்குபவனின் விரல்கள் துண்டிக்கப்படும்.

4. அடுத்தவனின் அடிமையைக் கொன்றவன் அதற்குப் பதிலாகத் தன்னுடைய அடிமையைக் கொடுக்க வேண்டும்.

5. கடன் உள்ளவன் தன்னுடைய மனைவியையும் மகன் அல்லது மகளையும் மூன்று ஆண்டுகட்கு அடிமையாகக் கொடுக்க வேண்டும்.

இப்படி சட்டபூர்வமாக அடிமைமுறை பாதுகாக்கப்பட்டது. அதே நேரத்தில் அடிமைகள் பாதுகாப்பற்ற நிலையில் இருந்தனர். வேலை செய்யும் சக்தியிழந்த அடிமை ஆள் நடமாட்டமில்லாத தீவுகளில் கொண்டு விடப்பட்டு அங்கு பசியாலும் தாகத்தாலும் துடித்து இறக்கும் நிலைக்கு ஆளானான்.

உலக அதிசயங்களுள் இடம் பெறும் சீனாவின் நீண்ட பெருஞ் சுவரும் எகிப்து நாட்டின் பிரமிடுகளும் அடிமைகளின் நிணத்தாலும் ரத்தத்தாலும் உருவாக்கப்பட்டன, ரோம் நாட்டு அடிமை முறையைப் பற்றிக் குறிப்பிடும் பொழுது குரோவ்கின் (Korovkin) என்ற வரலாற்று ஆசிரியர்:

"எந்தவொரு தொல் நாகரீக நாடும் ரோமைப் போல் கொடூரமாக அடிமைகளை நடத்தியது இல்லை" என்று குறிப்பிடுவார். எனவேதான் ஸ்பார்ட்டகஸ் என்ற அடிமையில் தலைமையில் மிகப் பெரிய அடிமை எழுச்சி நிகழ்ந்து பின்னர் கொடிய அடக்குமுறையினால் ஒடுக்கப்பட்டது. லெனின்

இவ்வெழுச்சியைப் பற்றியும் இதனை நடத்திய ஸ்பார்ட்டகஸ் குறித்தும் மிக உயர்வான கருத்துக் கொண்டிருந்தார். "மிகப் பெரிய அடிமைகளின் கலகங்களில் பங்கு கொண்ட மிக முக்கியமான வீரர்களுள் ஸ்பார்ட்டகஸ்சும் ஒருவன்" என்று பாராட்டியுள்ளார்.

(பின்வரும் நூல்களின் துணையுடன் இவ்வியல் எழுதப்பட்டுள்ளது.)

1. F.P, Koroskin, - Ancient history,
2. I.M, Diakonoff - Ancient mesopotamia.
3. ABC of Dialectical and historical materialism.
4. கார்த்தி – (மொழி பெயர்ப்பாளர்) சமுதாய வரலாற்றுச் சுருக்கம் (முதல் பாகம்)

2

அடிமைமுறையும் தமிழகமும்

உலகின் தொன்மையான நாகரீக நாடுகளில் நிலவிய அடிமை முறையினை இதுவரை பறவை நோக்கில் பார்த்தோம். இந்நாடுகளுடன் வாணிபத் தொடர்பு கொண்டிருந்த – இந்நாடுகளைப் போலவே தொன்மையான, நாகரீக பண்பாட்டுச் சிறப்புமிக்க தமிழகத்தில் அடிமைமுறை எதுவும் இருந்ததா என்ற கேள்வி இப்பொழுது தோன்றுகிறது.

"1800 ஆண்டுகட்கு முற்பட்ட தமிழகம்" என்ற நூலில் அதன் ஆசிரியர் வி. கனகசபை (1982: 202).

> "அடிமைத்தனம் தமிழரிடை இருந்ததில்லை. அப்பழங்காலத்தில் அவர்கள் அடைந்திருந்த உயர் நாகரீகப் படியை இது குறித்துக் காட்டுகிறது"

என்று குறிப்பிடுகிறார். எஸ். ராமகிருஷ்ண ன் (1971: 271) 'தமிழகத்தின் சாதிமுறை' குறித்து ஆராயும் பொழுது.

> "நாளாவட்டத்தில், புலையராக ஒதுக்கப் பட்ட புறச் சாதிகள் பெருகின. அவர்கள் வடபுலத்தைக் காட்டிலும் அதிகமாகத் தென்னாட்டில் அல்லலுற்றனர். இழிந்தவை என்று கருதப் பெற்ற தொழில்களைப் புரிந்தும் பண்ணையாட்களாகப் பயிர்த் தொழில் புரிந்தும் ஊருக்கு அப்பாலுள்ள சேரிகளில் அவர்கள் காலந்தள்ளினர்; ஆயினும் அவர்களை அடிமைகளாகக் கருத முடியாது; அவர்களை

உடமையாக விற்கவோ வாங்கவோ உரிமை பெற்றார் எவரும் இலர். 'அவர்கள்மீது கட்டுப்பாடுகளை வகுக்கவும் நிறைவேற்றவும் அவர்களின் உறவுமுறைக் கூட்டங்களும் சாதித்தலைவர்களுமே அதிகாரம் பெற்றிருந்தனர்."

என்று குறிப்பிடுகிறார். இவ்விரு தமிழறிஞர்களும் தமிழகத்தில் அடிமைமுறை இருந்ததில்லை என்றே கருதுகின்றனர்.

அதே நேரத்தில் தமிழ் இலக்கியங்கள், கல்வெட்டுகள், ஓலைச் சுவடிகள், வெளிநாட்டுப் பயணிகளின் குறிப்புகள், கிறிஸ்தவ மிஷினரிகளின் கடிதங்கள், குறிப்புகள், அரசாங்க ஆவணங்கள் ஆகியவைகளில் அடிமைகளைப் பற்றிய செய்திகளும் குறிப்புகளும் காணக்கிடக்கின்றன. இவற்றைக் கால வரிசப்படித் தொகுத்து ஆராய்ந்தால் தமிழகத்தில் நிலவிய அடிமைமுறை – அதன் வளர்ச்சி நிலை – அதன் இயல்பு ஆகியன குறித்து அறியலாம்.

சங்க கால அடிமைமுறை

அடிமை முறையானது தமிழகத்தில் வழக்கில் இருந்தமைக்குச் சங்க இலக்கியப் பாடல்கள் சிலவும், தொல்காப்பிய நூற்பாக்கள் சிலவும் சான்றாக உள்ளன. திருக்குறளிலும் அடிமைகள் குறித்த சில பதிவுகள் உள்ளன. இவற்றிற்கு உரையெழுதிய பழைய உரையாசிரியர்களின் உரைகளிலும் அடிமைமுறை இருந்தமையை ஏற்றுக் கொள்ளும் போக்கு இடம்பெற்றுள்ளது.

போரில் வெற்றிபெற்ற மன்னன், பகை மன்னனின் மனைவியரையும், பிற பெண்டிரையும் சிறை பிடித்துவரும் வழக்கம் இருந்துள்ளதை வரலாற்றில் படிக்கமுடிகிறது. இதற்குப் பண்டைத் தமிழகமும் விதிவிலக்கல்ல. இவ்வாறு சிறைபிடித்து அழைத்துவந்த பெண்களை, "கொண்டிமகளிர்" என்று பட்டினப்பாலை (வரி:246) குறிப்பிடுகிறது. இவர்கள் காவிரிப்பூம்பட்டினத்தில் உள்ள அம்பலங்களில் விளக்கேற்றும் பணியினைச் செய்துவந்துள்ளனர். கொண்டிமகளீர் என்ற பெயரில் இடம் பெற்றுள்ள கொண்டி என்ற சொல்லுக்குக் கொள்ளை என்று பொருள்கொண்டு, பிறர்நாட்டில் கொள்ளையிட்டுக் கொணர்ந்த பெண்டிர் என்று இச் சொல்லுக்கு உரையாசிரியர்கள் விளக்கம் தருகின்றனர். பதினான்காவது நூற்றாண்டுக் காலத்தவரான நச்சினார்க்கினியர் பட்டினப்பாலையில் இடம் பெறும் கொண்டிமகளிர் என்ற இச்சொல்லுக்கு "பகைவர் மனையோராய்ப் பிடித்து வந்த மகளிர் பலரும்" என்று உரையெழுதியுள்ளார். இவரே, "நெஞ்சு நடுக்குறூஉக் கொண்டி மகளிர்" என்ற மதுரைக்காஞ்சித் தொடருக்கு (583) தம்மைக் கண்டோருடைய நெஞ்சை வருத்தமுறுவித்துப் பொருள் வாங்குதலுடைய பரத்தையர்" என்று உரை எழுதியுள்ளார். இவரது

இவ் இரண்டு உரைகளுக்கும் இடையே ஓர் இயைபு இருப்பதாகக் கொள்ள இடமுள்ளது. கொண்டி என்ற சொல் கொள்ளை என்ற பொருளையும் தருவது. பகை நாட்டில் நிகழ்த்தும் போர் என்ற பெயரிலான கொள்ளையில் கைப்பற்றும் பொருட்களில் ஒன்றாகப் பெண்களும் இருந்துள்ளனர். கொள்ளைப் பொருளான பெண்களில் ஒருபிரிவினர் அம்பலங்களில் விளக்கேற்றும் பணியைச் செய்ய மற்றொருபிரிவினர் பரத்தையராக மாற்றப்பட்டுள்ளனர்.

இன்றையத் தமிழகமும், கேரளத்தின் பெரும் பகுதியும் மூவேந்தர்களாலும், பல குறுநில மன்னர்களாலும் ஆளப்பட்டது என்பதனை நினைவில் கொண்டால் பிறர்நாடு என்பது பெரும்பாலும் தமிழகத்தின் ஏதாவது ஒரு பகுதியினையே குறிக்கும் என்பதனை உணரலாம். எனவே போரில் தோற்ற தமிழ் மன்னர்களின் மனைவியரும் அந்நாட்டு மகளிரும் அடிமைகளாகப் பகைவர் நாட்டில் பணிபுரிந்துள்ளனர் என்பது தெளிவு.

முல்லைக் கலியில் *(108:27–33)* இடம்பெறும் ஒரு பாடல் வீட்டடிமைகளின் பணிகளைக் குறிப்பிடுகிறது. தன் நெஞ்சை இருப்பிடமாகக் கொண்டு தன்னை அடிமையாக்கிக் கொண்டதாகத் தலைவன் ஒருவன் தலைவியிடம் கூறுகிறான்.* அவன் கூறியதைக் கேட்ட தலைவி அதற்கு மறுமொழியாக "உன் நெஞ்சை எனக்கு இருப்பிடமாகக் கொண்டு உன்னை அடிமையாக்குதல் எளிதான செயலாகுமா?

உன் நெஞ்சானது தினைப்புனத்தில் இருக்கும் என் தமையனுக்கு உணவு கொண்டு சென்று கொடுக்குமா?

பசுக் கூட்டங்களை மேய்த்துக்கொண்டிருக்கும் என் தந்தைக்குக் கறவைக் கலன் கொண்டு செல்லுமா?

அறுத்த தினைத்தாளிடையே என் தாய் மேயவிட்டிருக்கும் கன்றை மேய்க்குமா? என்று வினவுகிறாள்."**

மேய்ச்சல் நில வாழ்க்கையில் தனிச்சொத்துரிமை உருவாகிறது என்ற சமூகவியல் உண்மையின் அடிப்படையில் மேற்கூறிய வரிகளை நோக்கினால் தனிச்சொத்துரிமையின் துணைப்படைப்பாக அடிமை முறை உருவாகியுள்ளதை நாம் உணரலாம்.

---

* "இளமாங்காய் போழ்ந்தன்ன கண்ணினால், என் நெஞ்சம் களமாகக் கொண்டு ஆண்டாய்; ஓர் கள்வியை அல்லையோ?"

** நின்நெஞ்சம் களமாக் கொண்டு யாம் ஆள, எமக்கு எவன் எளிதாகும்
புனத்துளான் என்னைக்குப் புகாஉய்த்துக் கொடுப்பதோ?
இனத்துளான் எந்தைக்குக் கலத் தொடு செல்லதோ?
தினைக் காலுள் யாய் விட்ட கன்று மேய்க்கிற்பதோ?"

நெற்கதிர்களை அறுவடை செய்பவர்களை "நெல்லரி தொழுவர்" (நற்றிணை 195:6) "நெல்லரியும் மிருந்தொழுவர்" புறநானூறு 24:1) "கழனி நெல்லரி தொழுவர்" (மேலது 209:2) எனச் சங்க இலக்கியங்கள் குறிப்பிடுகின்றன. அடிமையைக் குறிக்கும் "தொழும்பு" என்ற சொல்லுடன் "தொழுவர்" என்ற சொல் தொடர்புடையதா? என்பது ஆய்விற்குரியது.

குறிப்பால் உணரும் வகையில் உயர்திணையை உணர்த்தும் சில சொற்கள் அஃறிணை முடிவினைக் கொள்வதாகவும் அவற்றைக் குற்றமாகக் கொள்ளாது ஏற்றுக்கொள்ளலாம் என்றும் புறநடையாக (விதிவிலக்காக) தொல்காப்பியர் ஒரு நூற்பாவில் கூறியுள்ளார், "குடிமை" என்று தொடங்கும் இச்சொல்லதிகார நூற்பா (57) குறிப்பிடும் சொற்களுள் ஒன்று அடிமையாகும்.

இந்நூற்பாவில் இடம்பெற்றுள்ள "அடிமை" என்ற உயர்திணைக்கே உரிய சொல் அஃறிணைப் பொருளை உணர்த்தி நிற்பது போன்று அஃறிணை முடிவு ஏற்று வருவதற்கு, "அடிமை நன்று", "அடிமை நல்ல" எனச் சேனாவரையர் தம் உரையில் எடுத்துக்காட்டுத் தருகிறார்.

> அடியோர் பாங்கினும் வினைவலர் பாங்கினுங்
> கடிவரை இலபுறத் தென்மனார் புலவர்

என்று அன்பின் ஐந்திணைக்குப் புறம்பான கைக்கிளை பெருந்திணைக்குரிய மக்களைத் தொல்காப்பியம் (அகத்திணையியல் 25) குறிப்பிடுகிறது.

இந்நூற்பாவில் இடம்பெறும் 'அடியோர்' என்ற சொல்லிற்கு 'அடித்தொழில் செய்வார்' என்று உரையாசிரியர் இளம்பூரணர் பொருள் உரைக்கிறார். தொல்காப்பியம் உரைவளம் நூலுக்கு ஆய்வுரை எழுதிய மு. அருணாசலம் பிள்ளை (1975:250) அடித்தொழில் செய்வார் என்ற சொல்லுக்கு 'அடிமைத் தொழில் செய்வார்' என்று விளக்கமளிக்கிறார். சோமசுந்தர பாரதியாரும் அடியோர் பாங்கினும் என்பதற்கு 'பிறர்க்கடிமையாவாரிடத்தும்' என்று உரை எழுதியுள்ளார். (மேலது 265).

தன் பெண் அடிமைகள் மூவரை லால்குடி வட்டத்திலுள்ள குமாரவயலூர் கிராமத்தின் மகேஸவார் கோயிலுக்குக் கொடையாகக் கொடுத்த நிகழ்வைக் கூறும் முற்காலச் சோழர் காலத்தைய (948) கல்வெட்டு ஒன்று உள்ளது. கொடையாக வழங்கப்பட்ட பெண்களின் பெயரைக்குறிப்பிடும் பகுதி வருமாறு:

> "என் அடியாள் ஊரன் சொலையையும் இவள் மகள்
> வெள்ளாளப் பிராட்டியையும் இவள்
> இவள் மகள் அரமையின்தன் கண்டியையும் உள்ளிட்டாரை"

இவர்கள் மூவரையும் நீர்வார்த்து (தாரை வார்த்து) கொடையாளி வழங்கியுள்ளார். இவ் வரிகளின் தொடக்கத்தில் "என் அடியாள்" என்று சுட்டுவது இவர்கள் அடிமைகள் என்பதை வெளிப்படுத்துகிறது (தெ.இ.க.32:52).

மலையாளத்தில் அடியார் என்ற சொல் அடிமையையும் மேலோர் என்ற சொல் அடிமை உரிமையாளனையும் குறிப்பிடுவதாகக் கூறும் டி.கே. ஜோசப் 'அடியோர்' என்ற தமிழ்ச் சொல்லிலிருந்தே 'அடியோர்' என்ற மலையாளச் சொல் உருவாகியுள்ளதாகக் கருதுகிறார். (K. S. P.)

பல்லவர் காலத்தில் நாயன்மார்களும் ஆழ்வார்களும் இறைவன் முன்னால் தம்மைத் தாழ்த்திக் கொள்ள பயன்படுத்தும் சொற்களில் ஒன்று அடியோர். சோழர் கல்வெட்டுகளில் (அ. ஆ. 1, வரி 2, அ. ஆ. எண் 5, வரி 3) அடியார் என்ற சொல்லே, அடிமையைக் குறிக்கப் பயன்படுத்தப்பட்டுள்ளது.

அற்புதப்படி ஆவணங் காட்டி
அடியனா என்னை ஆளது கொண்ட
நற்பதத்தை (திருநள்ளாறு 6: 3–4)

'அத்தா ஆலங்காடா உன் அடியார்க்கு அடியேன் ஆவேனே'
(திரு ஆல்ங்காட்டு பதிகம்)
அடியார் அடியார்கட்கு எல்லாம் (திருமழபாடி, 4:1)
ஓருமையே அல்லேன் எழுமையும் அடியேன்
(திருப்பாய்ச்சிலாசரம் 11:1)

என்ற பதிகங்களில் அடிமை என்ற பொருளிலேயே அடியார் என்ற சொல்லை சுந்தரர் பயன்படுத்தியுள்ளார். நம்மாழ்வாரும் அடியார் என்ற சொல்லை இதே பொருளில் பயன்படுத்தியுள்ளார். தொல்காப்பியருக்குப் பின்னாலும் அவர் பயன்படுத்திய அடியார் என்ற சொல் வழக்கிலிருந்துள்ளது.

சோம்பல் இல்லாமையினை வலியுறுத்தும்போது வள்ளுவர்,

மடிமை குடிமைக்கண் தங்கின்தன் ஒன்னார்க்(கு)
அடிமை புகுத்தி விடும் (608)

என்று குறிப்பிடுவதும், கயவர்களின் இயல்பினை

எற்றிற்கு உரியர் கயவர்ஒன்று உற்றக்கால்
விற்றற்கு உரியர் விரைந்து (1080)

என்று குறிப்பிடுவதும்,ஒப்புரவின் அவசியத்தை வலியுறுத்தும்போது.

ஒப்புரவி னால்வரும் கேடெனின் அஃதொருவன்
விற்றுக் கோல்தக்க துடைத்து (220)

என்று குறிப்பிடுவதும் வள்ளுவர் காலத்தில் அடிமை முறை நிலவியமைக்குச் சான்றுகளாகும்.

இக்குறள்களுக்கு உரை எழுதிய பழைய உரையாசிரியர்கள் காலத்திலும் தமிழகத்தில் அடிமை முறை தொடர்ந்துள்ளது. எனவே மிக இயல்பாக இக் குறட்பாக்களுக்கு உரை எழுதியுள்ளனர். எடுத்துக்காட்டாக முதலில் காட்டியுள்ள குறளில்(608) இடம் பெற்றுள்ள "அடிமை புகுத்திவிடும்" என்ற சொல்லுக்கு "தன் பகைவர்க்கு அடியானர் தன்மையை அடைவித்துவிடும்" என்று பரிமேலழகர்(கி.பி.1272) உரை எழுதியுள்ளார். இவருக்கு முந்தைய காலத்தவரான மணக்குடவர் (கி.பி.10ஆம் நூற்றாண்டு) "இது கீழ்ப்படிதலேயன்றி அடிமையும் ஆக்கும்" என்று உரையெழுதியுள்ளார். இங்கு கீழ்ப்படிதல் வேறு அடிமையாய் இருத்தல்வேறு என்று அவர் பாகுபடுத்திக் காட்டியுள்ளார். காளிங்கர் "பகை வேந்தர்க்குத் தான் ஏவல்கேட்டுப் பாரத்து ஒழுகும் அடிமைப்படுத்திவிடும்" என்றும் பரிதியார், "மந்த புத்தியுள்ளவன் மாற்றாரக்கு அடிமையாவான் என்றும் உரையெழுதியுள்ளனர்.

இரண்டாவதாக எடுத்துக்காட்டிய குறளில். (1080) இடம்பெறும் "விற்றற்குரியர் விரைந்து" என்ற சொல்லுக்குப் பரிமேலழகர் "விரைந்து தம்மைப் பிறர்க்கு விற்றர்குரியர் என்றும் மணக்குடவர்," தமக்கு ஒரு துன்பமுற்றால் விரைந்து தம்மை விற்கவல்லவர்" என்றும் பரிதியார் "தனக்கு ஒரு தண்டனை வந்தால் விற்றுக்கொள்ள உரியர்" என்றும் உரையெழுதியுள்ளனர்.

மூன்றாவதாக எடுத்துக்காட்டியுள்ள குறளில்(220) இடம் பெற்றுள்ள "விற்றுக்கோள் தக்க துடைத்து என்ற சொல்லுக்கு, "தன்னை விற்றாயினும் கொள்ளும் தகுதியை உடைத்து" என்று பரிமேலழகரும்," தன்னை விற்றாயினும் ஒப்புரவு செய்க" என்று பரிதியரும் உரை எழுதியுள்ளனர்.

அடிமைகள் இருந்தமையையும் அடிமை விற்பன்னை நிகழ்ந்தமையையும் திருக்குறள் உரையாசிரியர்கள் தம் உரைகளில் உறுதிப்படுத்தியுள்ளனர்.

மேலைநாட்டு வணிகர்கள் அடிமைகளையும் இந்தியாவிற்குக் கொண்டுவந்ததாகவும் அவர்களில் ஆண் அடிமைகள் மன்னர்களுக்குப் பாதுகாவலர்களாக விளங்கினார்கள் என்றும் அபோய என்பவர் குறிப்பிடுகிறார். முல்லைப்பாட்டு 'வலிபுணர் யாக்கை வன்கண் யவனர்' (வரி 61) ஊமையரான 'மிலேச்சர்' (வரிகள் 65–66) ஆகியோர் பாசறையில் மன்னனுடன் இருந்ததைக் குறிப்பிடுகின்றது.

மதுரையில் யவனர்கள் காவலர்களாகப் பணிபுரிந்ததைக் 'கடிமதில் வாயில் காவலிற் சிறந்த அடல்வாள்யவனர்' என்று சிலப்பதிகாரம் (14:65–66) குறிப்பிடும். இதனால் சங்க காலத்திலும்

காவிய காலத்திலும் வெளிநாட்டு அடிமைகள் தமிழகத்தில் மன்னர்களின் வீரர்களாகப் பணியாற்றினர் என்றும் கருத இடமுள்ளது.

அடிமையைக் குறிக்கும் சொற்கள்

தமிழகத்தில் அடிமை முறை நிலவியதற்கான சான்றுகளில் முக்கியமானதாக அமைவது அடிமையைக் குறிக்கும் சொற்களாகும். தற்போது நாம் பயன்படுத்தும் அகராதிகளுக்கு முன்பு நிகண்டுகள் என்பன பயன்பாட்டில் இருந்துள்ளன. இவற்றுள் திவாகரம் – பிங்கலம் – சூடாமணி என்ற மூன்று நிகண்டுகள் குறிப்பிடத்தக்கவை ஆகும். இவை மூன்றிலும் அடிமையைக் குறிக்கும் சொறகள் எவை என்பது குறிப்பிடப்பட்டுள்ளது .

கி.பி. எட்டு அல்லது ஒன்பதாவது நூற்றாண்டைச் சேர்ந்த தாகக் கருதப்படும் "திவாகரம்" நிகண்டில் மக்கள் பெயர்த் தொகுதி என்ற தலைப்பில் "ஆளும் தொழும்பும் அடிமை" (ஆகும்) என்ற நூற்பா(2:64) இடம், பெற்றுள்ளது.

கி.பி, எட்டில் இருந்து பத்தாவது நூற்றாண்டு வரையிலான காலத்தைச் சேர்ந்ததாகக் கருதப்படும் பிங்கல நிகண்டில் இரண்டு நூற்பாக்களில் (5:149 & 150) அடிமையின் பெயர்கள் குறிப்பிடப்பட்டுள்ளன. இப் பெயர்கள் வருமாறு: (1) தொழும்பு (2) தொண்டு (3) தொத்து (4) தாதர் (5) தொறு (6) விருத்தி (7) சேடர் (8) கிணகர்.

கி.பி பதினாறாவது நூற்றாண்டைச் சேர்நத சூடாமணி நிகண்டில் இடம்பெற்றுள்ள அடிமைகளைக் குறிக்கும் சொற்கள் வருமாறு: (1) தொத்து (2) கிணகர் (3) தாதர் (4) தொழும்பு (5) தொறு (6)விருத்தி (7) தொண்டு (8) சேடர், (9) ஆள் (2:41), (10) தாதி (11:124) (11) நிரை (11:257).

பதினாறாவது நூற்றாண்டுக் காலத் தமிழகத்தில், போர்ச்சுக்கீசியக் காலனியம் அறிமுகமானது. இது குறித்த வரலாற்றாய்வில் ஆழங்கால்பட்டவரான பேராசிரியர் எஸ். ஜெயசீல ஸ்டீபன் போர்ச்சுக்கீசிய–தமிழ் அகராதி ஒன்றை 2020ஆம் ஆண்டில் வெளியிட்டுள்ளார். இது போர்ச்சுகல் நாட்டு வணிகர்கள், மறைப்பணியாளர்கள் பயன்பாட்டிற்காக 16ஆவது நூற்றாண்டு (1549) தொடங்கி 19ஆவது நூற்றாண்டு வரையிலான (1838) காலகட்டத்தில் வெளியான அகராதிகளைத் தொகுத்து உருவாக்கப்பட்டதாகும்.

இந்த அகராதியில் (2020:82) அடிமையைக் குறிக்கும் escravdao என்ற போர்ச்சுக்கீசியச் சொல்லுக்கு அடிமைத்தனம், தாசிகம்

என்றும் பெண் அடிமையைக்குறிக்கும் *escrava* என்ற சொல்லுக்கு வெள்ளாட்டி, தாசி, அடியாள், தொந்தி, தொழும்பி, புளுக்கச்சி என்றும், ஆண் அடிமையைக்குறிக்கும் *escravo* என்ற சொல்லுக்கு அடிமை, தாசன், தொண்டன், புளுக்கையன், அடியன் என்றும் பொருள் தரப்பட்டுள்ளது.

இதன் அடிப்படையில் அடிமையைக் குறிக்கும் சில புதிய சொற்கள் காலந்தோறும் நடைமுறையில் வந்துள்ளதை உணரமுடிகிறது. இச் சொற்களில் ஒன்றான புளு(ழு)க்கை என்ற சொல் ஒரு வசவுச் சொல்லாக முத்துக்குளித்துறைக் கடற்கரைப் பகுதியில் இன்றும் வழக்கில் உள்ளது. சாதிகடந்த மண உறவில் பிறந்தோரைக் குறிப்பதாக இச்சொல் உள்ளது. அடிமைகளின் மண உறவு சாதி கடந்து அமையும். வாய்ப்புள்ளதன் அடிப்படையில் இவ் வசவுச் சொல் உருவாகி இருக்கு. இழிவான வேலைகளைக் குறிக்கும் வகையில் "புழுக்கை வேலை" என்ற சொல்லாட்சியும் உண்டு. இவையெல்லாம் கடந்த காலத்தின் எச்சங்களாக இன்றும் நிலைத்துள்ளன.

இச் செய்திகளின் அடிப்படையில் பார்க்கும்போது காலம்தோறும் அடிமைகளைக் குறிக்கும் சொற்களின் எண்ணிக்கை அதிகரித்து வந்துள்ளது தெரியவருகிறது. இது அடிமைகளின் பயன்பாடு மிகுந்தமையின் வெளிப்பாடு என்று கருத இடமுள்ளது.

•

3

பல்லவர் கால அடிமைமுறை

கி.பி. மூன்று முதல் ஒன்பதாம் நூற்றாண்டு வரையிலான காலத்தில் (275–897) ஏறக்குறைய 600 ஆண்டுகள் பல்லவர் ஆட்சி தமிழகத்தில் நிலவியது. பல்லவர் ஆட்சிக் காலம் தமிழக நிலவுடைமையின் வளர்ச்சிக் காலமாகும். பிராமணியமும் நிலவுடைமையும் கைகோர்த்துக் கொண்டு வேதசமயத்தைப் பேணி வளர்க்கத் தொடங்கியமை இக்காலத்தில்தான், சமணம், பௌத்தம் ஆகிய வேத மறுப்புச் சமயங்களுக் கெதிராகச் சைவமும் வைணவமும் மூர்க்கமுடன் செயல்பட்டன. இச்செயல்பாட்டையே 'பக்தி இயக்கம்' என்று பெயரிட்டு அதன் பின்னாலிருந்த மூர்க்கமான சமய மோதல்களை மறைத்து விட்டனர்.

நிலவுடைமை வளர்ச்சி பெற்ற பல்லவர் ஆட்சிக் காலத்தில் அடிமைகளின் பங்களிப்பு வேளாண்மையில் இருந்திருக்கும் வாய்ப்பு அதிகம். ஆனால் இது குறித்த கல்வெட்டுச் சான்றுகள் கிட்டவில்லை. இக்குறையை ஈடு செய்வதுபோல் பதினெண்கீழ்க் கணக்கு நூல்கள் சிலவும், மேற்கூறிய பக்தி இயக்கம் சார்ந்த சைவ வைணவ அடியார்கள் சிலர் பாடிய பக்தி இலக்கியங்களும் அடிமைமுறை குறித்த சான்றுகளை மறைமுகமாகவும் வெளிப்படையாகவும் பதிவு செய்துள்ளன.

பதினெண் கீழ்க்கணக்கு நூல்களில் அடிமை முறை

காட்டில் வாழும் கௌதாரி, காடை, ஆகிய பறவைகளைப் பிடித்துச் சிறைவைப்பவர், இரும்பு

விலங்குகளால் பூட்டப்பட்ட கால்களை உடையவராகவோ அயலவர்க்கு அடிமைப்பட்டவர்களாகவோ மாறி வலிய விளை நிலத்தில் தொழில் புரிவர் என்று நாலடியார் கூறுகிறது. காட்டில் சுயேச்சையாகத் திரியும் பறவையின் உரிமையைப் பறிப்பவர் தம் உரிமையை இழப்பர் என்று இச்செய்யுள் எச்சரிக்கிறது. காலில் விலங்கு பூட்டி, அடிமைகளிடம் வேலை வாங்கியதையும், வேளாண்மையில் அவர்கள் ஈடுபடுத்தப்பட்டதையும் இச்செய்யுளால் அறிகிறோம்.

அடிமையான ஒருவன் முன்பின் அறியாதவரிடம் பணி செய்ய நேரிடும். ஏனெனில் அவனை அடிமைப்படுத்தியவன் அல்லது விலைக்கு வாங்கியவன் அவனுக்கு அறிமுகமில்லாதவனாக இருக்க வாய்ப்புண்டு. இதன் அடிப்படையிலேயே அயலார் என்ற பொருளை உணர்த்தும் "ஏதிலார்" என்ற சொல் இச்செய்யுளில் இடம் பெற்றுள்ளது.

பெண்ணடிமைகள் "தொழுத்தைமார்" எனப்பட்டனர். புல்லறிவாளனை அவனது இல்லத்தில் உள்ள தொழுத்தை கூட "வெளிப்புறத்தில் இரு," "ஒழிந்து போ" என்று கொடுஞ்சொல்லால் திட்டுவாள், என நாலடியார் குறிப்பிடுகிறது.**

மனிதனை நோகவைக்கும் செயல்களில் ஒன்று "இயல்புஇல் தொழுவு" (நற்குணம் இல்லாத அடிமை என்று திரிகடுகம் (67:1) குறிப்பிடுகிறது. இவ்வாறு கி.பி. 700–750 காலத்திய நாலடியார் திரிகடுகம் என்ற நூல்களில் இடம் பெறும் "தொழுவு" என்ற சொல் பெண்ணடிமைகள் வீட்டில் பணி புரிந்தமைக்குச் சான்று பகிர்கின்றது.

ஆளும் அடிமையும்

"ஆள்" என்பது அடிமையைக் குறிக்கும் சொல்லாகும். கி.பி. 9ஆம் நூற்றாண்டைச் சேர்ந்த "திவாகர நிகண்டு" அடிமையின் மறுபெயர்களை

"ஆளும் தொழும்பும் அடிமையாகும்"

என்று குறிப்பிடுகிறது. முன்னர் குறிப்பிட்ட நாலடியார் செய்யுளும் "ஆள்" என்ற சொல்லால் அடிமையைக் குறிப்பிடுகிறது. விலைக்கு வாங்கப்பட்ட அடிமை என்ற பொருளில் "விலையாள்" என்ற சொல், பெரியதிருமொழியில் (5–5:2) இடம் பெற்றுள்ளது. சிவனுக்கு

---

* இரும்பு ஆர்க்கும் காலர் ஆய், ஏதிலார்க்கு ஆள் ஆய்,
கரும்பு ஆர் கழனியார் சேர்வர்;   (நாலடியார் 122: 1–2)

** "புறத்து இரு; போகு என்னும் இன்னாச் சொல் இல்லுள்
தொழுத்தையால் கூறப்படும்"   (நாலடியார் 326: 3–4)

மட்டுமே தான் அடிமை என்ற பொருளில் "நாம் என்றும் மீளா ஆளாய்* குறுகினோம்" என்று "நாமார்க்கும் குடியல்லோம்" என்று தொடங்கும் தமது பதிகத்தில் திருநாவுக்கரசர் பாடியுள்ளார்.

திருமணக்கோலத்தில் இருந்த தம்மை அடிமையென்று கூறி தடுத்தாட்கொண்ட திருவெண்ணை நல்லூர்ச் சிவனை, 'பித்தா' என்று அழைத்துப் பத்து தேவாரப் பதிகங்களை சுந்தரர் பாடியுள்ளார். அப்பதிகங்கள் ஒவ்வொன்றின் இறுதியிலும், தான் சிவனின் அடிமையானதைக் குறிப்பிட்டுள்ளார், இப்பதிகங்களில் அடிமையைக் குறிக்கும் 'ஆள்' என்ற சொல்லையே சுந்தரர் பின்வருமாறு பயன்படுத்தியுள்ளார்.

நல்லூர் அருட்டுறையுள்
அத்தா உனக் காளாயினி
அல்லேன் எனல் ஆமே

•

ஆயாஉனக் காளாயினி
அல்லேன் எனல் ஆமே

•

அடிகேளுனக் காளாயினி
அல்லேன் எனல் ஆமே

•

அதி உனக் காளாய் இனி
அல்லேன் எனல் ஆமே

•

அண்ணாஉனக் காளாயினி
அல்லேன் எனல் ஆமே

•

ஆனாய்உனக் காளாய் இனி
அல்லேன் எனல் ஆமே

•

ஆற்றாயுனக் காளாயினி
அல்லேன் எனல் ஆமே

•

அழகாஉனக் காளாயினி
அல்லேன் எனல் ஆமே

•

ஆருரன்எம் பெருமாற்காள்
அல்லேன் எனல் ஆமே

---

* மீளா ஆளாய் – மீள முடியாத அடிமையாய்

அடிமைப் பத்திரத்தைக் குறிக்க "ஆளோலை" என்ற சொல்லைச் சோழர் காலத்தில் வாழ்ந்த சேக்கிழாரும் பயன்படுத்தி யுள்ளார்.

'அக்காலம் உன்தந்தைதந்தந்தை ஆளோலை ஈதால்
இக்காரியத்தை நீ சிரித்ததென் ஏட'

என்று சிவன் சுந்தரரிடம் வினவுகிறான். மேலும் அடிமை என்பவன் இழிவாக அழைத்தற்குரியவன் என்பதை 'ஏட' என்ற சொல்லால் சேக்கிழார் நிறுவுகிறார். பல்லவர் காலத்தில் வாழ்ந்த நம்மாழ்வாரும் *(3–7: 9)* அடிமை என்ற பொருளிலேயே ஆள் என்ற சொல்லை

'வலந்தாங்கு சக்கரத்தண்ணல் மணிவண்ணற்கு
ஆளென்றுஉள் கலந்தார்'

என்று பயன்படுத்தியுள்ளார், போரில் தோல்வியுற்ற மன்னன் தன்னை வென்ற மன்னனுக்கு அடிமை என்று எழுதிக்கொடுக்கும் வழக்கம் இருந்துள்ளது. இதன் வாயிலாக, தான் இழந்த நிலப்பரப்பையும் அரசடையாளங்களான தார், முரசு ஆகியன வற்றையும் பெறுவான் என்பதை மகதேசன் என்ற வாண மன்னனின் கல்வெட்டால் அறிகிறோம், கடலூர் மாவட்டம் கடலூர் வட்டத்திலுள்ள திருப்பாலபந்தல் என்னும் ஊரின் மத்தியஸ்தானத்தீஸ்வரர் கோவிலுள்ள கல்வெட்டில்

'தாரும் முடியும் முரசும் தமக்குரிய
பாரும் உடன் பெறுவர் பார்வேந்தர் – வீரப்
பெருமாள் மகதேசன் பெரெழுதித் தத்தம்
திருமார்பில் ஆளோலை செய்து'

என்ற வரிகள் இடம்பெற்றுள்ளன, (S. I. I. XVIL: 177).

அடிமைப் பத்திரத்தைக் குறிக்கும் "ஆளோலை" என்ற சொல் கி. பி. பதின்மூன்றாம் நூற்றாண்டுக் கல்வெட்டொன்றில் இடம் பெற்றுள்ளதாகத் தமது கல்வெட்டுச் சொல்லகராதியில் சுப்பராயலு *(2002:58)* குறிப்பிட்டுள்ளார்.

இவ்வாறு "ஆள்" என்பது அடிமையைக் குறிப்பிடுவதன் அடிப்படையில்தான் அடிமைவிற்பனையைக் குறிக்கும் சோழர்காலக் கல்வெட்டில் "ஆள்விலைப் பிரமாண இசைவுத் தீட்டு" என்ற சொல்லாட்சி இடம் பெற்றுள்ளது. "ஆள்" என்பது அடிமையையும் "பிரமாணம்" என்பது சான்றையும் "தீட்டு" என்பது ஒப்பந்த ஆவணத்தையும் குறிக்கிறது.

'கூழாட் பட்டுநின் றீர்களை எங்கள்
குழுவினில் புகுதலொட்டோம்'

என்ற தொடர் பெரியாழ்வாரின் திருப்பல்லாண்டில் *(3:2)* இடம் பெற்றள்ளது. சோழர் காலத்தில் வாழ்ந்த பெரியவாச்சான்

பிள்ளை தமது திருப்பல்லாண்டு வியாக்யானத்தில் 'கூழாள்' என்ற சொல்லிற்கு 'சோற்றுக்காக ஆறேனுக்கும் தன்னை யெழுதிக் கொடுக்கை' என்று விளக்கம் எழுதியுள்ளார். இங்கும் ஆளென்பது அடிமையைக் குறிப்பதை அறியலாம் (T.A.S. II & III: 75 - 76).

கி.பி. 948ஆவது ஆண்டுக்காலத்தைய கல்வெட்டொன்று கி.பி 942இல் நாலாயிரத்து முந்நூற்றுவன் என்பவன் பெண்களை விலைக்கு வாங்கிய நிகழ்வை "கூழ்ஆள் கொள்ள" என்று குறிப்பிடுகிறது. (தெ.இ.க.32:52).

இராமனின் தூதுவனாக வந்த அனுமனை நோக்கி 'உங்கள் வானர குலத் தலைவனான ஒப்பற்ற மேன்மையுடைய வாலியை, கொடிய கொலை அம்பினால் கொன்றவனுக்கு அடிமைத் தொழில் மேற்கொண்டீரே' என்று இராவணன் பழித்தான். இவ்வுரையாடலில் அடிமைத் தொழில் என்பதற்கு '**ஆள்தொழில்**' என்ற சொல்லையே சோழர் காலத்தில் வாழ்ந்த கம்பனும் (செய்யுள் 5892) பயன் படுத்தியுள்ளான்.

"ஆள்" என்பது அடிமையைக் குறித்ததன் தொடர்ச்சியாகவே சோழர் காலத்திற்குப் பின்னர் "படியாள்", "பண்ணையாள்" என்ற சொற்கள் வழக்கில் இருந்துள்ளன.

ஒருவனுடைய தோற்றம் நன்றாக இருந்து அவன் செய்யும் வேலை நிறைவாக இல்லாவிடில் "ஆளைப் பாத்தா அழகுபோல, வேலையைப் பாத்தா எழவுபோல" என்ற பழமொழியை இன்றும் தென் மாவட்டங்களில் பயன்படுத்துகின்றனர். இப்பழமொழியில் இடம்பெறும் "ஆள்" என்ற சொல் தற்போது மனிதனைக் குறிப்பிடுகிறது. அடிமையைக் குறிப்பதாகவே இப்பழமொழியில் இடம்பெறும் ஆள் என்ற சொல் வழங்கியிருக்க வேண்டும். அடிமையினுடைய உடற்கட்டைப் பார்த்து விலைக்கு வாங்கிய பின்னர் அவன் வேலைத் திறனற்றவன் என்பதை அறிய நேரிடும் சூழலில் இப்பழமொழி பயன்படுத்தப்பட்டிருக்கும் என்று கருதுவது பொருத்தமாக இருக்கும்.

நா(ன்) என்ன நீ வச்ச ஆளா? என்று கோபத்தில் கூறுவது வழக்கம், கூர்ந்து நோக்கினால் "ஆள்" என்பது அடிமையைக் குறித்ததன் எச்சமாகக்கொள்ள இடமுள்ளது.

பக்தி இலக்கியங்களில் அடிமைமுறை

மகேந்திர பல்லவன் காலத்தில் வாழ்ந்த திருநாவுக்கரசர் சிவனின் அடிமையாகத் தன்னை உருவகித்துப் பாடியுள்ளார். சான்றாக ஒன்றிரண்டு தேவாராப் பதிகங்களைக் காண்போம்.

செறிவுடை அடிமை செய்ய (கோயில் 237)

சகமலாது அடிமையில்லை (திருவையாறு 394)

பழக நான் அடிமை செய்வேன் (திருக்கோடிகா 497)

அடிமையை ஆள்வார் போலும் (திருவாவடுதுறை 387)

கடிமனம் அடிமையாக (பொது 239)

திருத்தூங்கானை மடம் என்ற கோவிலுக்குச் சென்ற திருநாவுக்கரசர் 'பொன்னார் திருவடிக்கு ஒன்றுண்டு விண்ணப்பம்' என்று தொடங்கும் பதிகம் பாடி 'மின்னாரும் மூவிலைச் சூலம் என் மேல் பொறி' என்று சிவனிடம் வேண்டுகிறார். சிவனின் அடிமையென்று தன்னை அடையாளப்படுத்திக்கொள்ள இவ்வேண்டுகோளைத் திருநாவுக்கரசர் முன்வைக்கிறார். சமண சமயத்தைச் சிலகாலம் தழுவி இருந்தமையால் கெட்டுப்போன இவ்வுடலுடனே உயிர் வாழ விரும்பாமல் அதற்குக் கழுவாயாகத் திருச்சூலச் சின்னம் பொறிக்கும்படி வேண்டியதாகச் சோழராட்சியில் வாழ்ந்த சேக்கிழார் தம் திருத்தொண்டர் புராணத்தில் (14, 15) இவ்வேண்டுகோளுக்கு விளக்கம் அளிக்கிறார். திருநாவுக்கரசரின் வேண்டுகோளிலும் சேக்கிழாரின் விளக்கத்திலும் ஒரு வரலாற்றுண்மை பொதிந்துள்ளது. பிற்காலச் சோழர் காலத்தில் கோவிலடிமை மீது திரிசூலச் சின்னம் பதிப்பது வழக்கமாக இருந்தது. இது கோவிலின் அடிமை என்பதை அடையாளப்படுத்துவதுடன் மட்டுமன்றி அடிமையைத் தூய்மைப்படுத்தும் சடங்காகவும் விளங்கியுள்ளது. இவ்வழக்கம் பல்லவர் காலத்திலேயே தோன்றிவிட்டது என்பதற்குத் திருநாவுக்கரசரின் வேண்டுகோள் சான்றாக அமைகிறது.

கி.பி. 9ஆம் நூற்றாண்டின் இறுதியில் வாழ்ந்ததாகக் கருதப்படும் சேந்தனார் பதிகங்கள் 9ஆம் திருமறையில் 'திருவிசைப்பா', 'திருப்பல்லாண்டு' என்ற பெயருடன் இடம்பெற்றுள்ளன, தன்னைத் தாழ்த்திக்கொள்ளும் முறையில் அடிமை பூண்டேனே என்று திருவீழி மலைப் பதிகத்தில் (6:4, 10:4) பாடியுள்ளார்.

திருமூலரின் திருமந்திரத்திலும் அடிமை குறித்த குறிப்புகள் இடம்பெற்றுள்ளன. சான்றாக ஒரு செய்யுளை மட்டும் காண்போம்.

அடியார் அடியார் அடியார் அடிமைக்கு

அடியானாய் நல்கிட்டு அடிமையும் பூண்டேன்

அடியார் அருளாய் அவனடி கூட 'அடியான் இவன்' என்று

அடிமை கொண்டானே

(2578)

திருமழிசையாழ்வார், நம்மாழ்வார், பெரியாழ்வார், ஆண்டாள் நாச்சியார், திருமங்கையாழ்வார் ஆகிய ஆழ்வார்கள் கி.பி. 500 முதல் 800 வரையிலான காலத்தைச் சேர்ந்தவர்கள் என்று

சிலர் கருதுவதாகக் கே.கே. பிள்ளை (1982: 231–32) குறிப்பிடுகிறார். சேந்தன் மாறன் (650–700) என்ற பாண்டிய மன்னனின் வைகைக் கரைக் கல்வெட்டின் அடிப்படையில் ஆழ்வார்கள் மற்றும் நாயன்மார்களின் காலத்தை ஆராய்ந்த இரா.நாகசாமி (நள ஆண்டு: 11) ஆழ்வார்களின் காலத்தைப் பின்வருமாறு வரையறுக்கிறார்.

1. நம்மாழ்வார் – கி.பி.700க்கும் 780க்கும் இடைப்பட்ட காலம்
2. திருமங்கையாழ்வர் – கி.பி.730க்கும் 800க்கும் இடைப்பட்ட காலம்
3. பெரியாழ்வார் – கி.பி. 800க்கும் 885க்கும் இடைப்பட்ட காலம்
4. ஆண்டாள் – கி. பி. 9ஆம் நூற்றாண்டின் நடுப்பகுதி

இதன் அடிப்படையில் இவர்களைப் பல்லவர் காலத்தைச் சார்ந்தவர்களாகக் கருத முடியும். இவர்களது பாசுரங்களில் அடிமையைக் குறித்த சில சொற்கள் இடம்பெறுகின்றன.

திருமழிசையாழ்வாரின் 'நான்முகன் திருவந்தாதி' (52) 'விலைக்காட்படுதல்' என்ற சொல்லால் அடிமைபடுதலைக் குறிப்பிடுகிறது.

சிறிய திருமடல் 'அடிச்சி' என்றும், நாச்சியார் திருமொழி 'அடிவீழ்ச்சி' என்றும் அடிமைகளைக் குறிப்பிடுகின்றன. 'தேவை' 'தொழுத்தைமாரி' 'விலையர்' என்ற சொற்களால் பெரியாழ்வார் (1–4: 8, 2–9:8, 5–5:2) அடிமைகளைக் குறிப்பிடுகிறார். தொண்டரடிப் பொடியாழ்வார், 'அடிமையில் குடிமையில்லா சதுப்பேதிமார்', (திருமாலை 39) என்று குறிப்பிடுகிறார். திருமங்கையாழ்வாரின் பெரிய திருமொழியில் முதல் ஒன்பது பாடல்களின் இறுதியிலும் தன் உள்ளத்தை நோக்கி 'அடிமைத் தொழில் பூண்டாயே' என்று கூறுகிறார். (பல்லவர் காலத்திற்குப் பின்வந்தவர்களாக இவர்களைக் கொண்டாலும் அடிமைமுறை குறித்த இலக்கியப் பதிவாக இவற்றைக் கொள்வதில் தடை ஏதும் இல்லை.)

இவ்வாறு, அடிமையாகத் தம்மை பாவித்து நாயன்மார்களும் ஆழ்வார்களும் கூறுவதற்கான காரணங்கள் என்ன என்பதை இனி. ஆராய்வோம்.

சைவ சமயக் குரவர் என்றழைக்கப்படும் திருஞானசம்பந்தர், திருநாவுக்கரசர், சுந்தரர், மாணிக்கவாசகர் ஆகியோர் சரியை, கிரியை, யோகம், ஞானம், என்னும் நால்வகை நெறிகளை அறிவுறுத்தியவர்கள்.

இவற்றுள் சரியை என்பது 'திருக்கோவில்களில் அலகிடல்*, மெழுகல், மலர் கொய்து மாலை தொடுத்தல், இறைவனைப்

---

* அலகு – துடைப்பம், அலகிடல் – துடைப்பத்தால் பெருக்குதல்

புகழ்ந்து பாடுதல் முதலாக உடம்பின் தொழில்களாக நிகழ்வது' என்று வெள்ளைவாரணர் *(2002:724)* விளக்கம் தருவார். மேலும், இதற்கு எடுத்துக்காட்டாகத் திருநாவுக்கரசர் தேவாரத்தில் உள்ள *(6–31:3)* பின்வரும் பகுதியைக் குறிப்பிடுவர் *(மேலது 725).*

'. . . எம்பிரானுடைய கோயில்புக்கும்
புலர்வதன் முன் அலகிட்டு* மெழுக்கும் இட்டு
பூமாலை புனைந்தேத்திப் புகழ்ந்து பாடித்
தலையாரக் கும்பிட்டுக் கூத்துமாடி"

தீபமிடல், மலர் கொய்தல், மெழுகல், தளித்தொழில் செய்தல் ஆகியன தாச மார்க்கத்தின்பாற் படுவதாகத் திருமூலரும் *(செய்யுள் 1502)* குறிப்பிடுகிறார்.

இத்தகைய செயல்களை, மெய்வருந்தச் செய்வது, அடிமைத் தொழிலுக்கு இணையானது என்று கருதியே 'அடிமை', 'அடியேன்', 'அடியார்' என்ற சொற்களைப் பயன்படுத்தியுள்ளனர் என்பது தெளிவு.

இறைவன் முன்னால் தான் தாழ்ந்தவன் என்பதைத் தன்னடக்கத்துடன் வெளிப்படுத்தும் வகையில் 'நாயேன்' என்ற சொல், தேவாரம், திருவாசகம் ஆகிய நூல்களில் இடம்பெற்றுள்ளது. இதுபோன்று 'அடிமை', 'அடியேன்', 'ஆள்' என்ற சொற்களும் மேற்கூறிய நூல்களில் இடம் பெற்றள்ளன.

அடிமைத்தொழில் இழிவானதாகக் கருதப்பட்டது என்பதை நாயன்மார்கள் இச்சொல்லைப் பயன்படுத்தும் பாங்கினால் அறியலாம். இறைவன் முன்னால் தன்னை அடிமையாக பாவித்து கொள்ளும் நெறி 'தாசமாக்கம்', 'தாசிமார்க்கம்' எனப்படும். தாச என்ற வடமொழிச் சொல் அடிமையைக் குறிக்கும். "இராமனுஜரின் அடிமை" என்ற பொருளிலேயே தென்கலை வைணவர்களில் அழுத்தமானவர்கள் சகவைணவர்களைச் சந்திக்கும்போது **' அடியேன் இராமனுஜ தாசன்'** என்று கூறும் மரபுள்ளது. பரம்பொருளுக்கும் ஆன்மா வுக்கும் இடையிலான உறவைப் பேசுகின்றன என்றும், தன் சுயத்தை இழந்து நின்றே ஆண்டவனை அடைய முடியும் என்பதை உணர்த்துகின்றன என்றும் ஆன்மீகவாதிகள் இதற்கு விளக்கம் தர முற்படலாம்.

ஆனால், இவை குறித்து இங்கு ஆராய வேண்டியதில்லை, ஆண்டவன் முன் தன்னை அடிமையாக அடையாளப்படுத்திக் கொள்வதின் வாயிலாக, பக்தன் தன்னைத்தானே தாழ்த்திக் கொள்கிறான். பக்தி மொழியில் சொல்வதானால் 'சுயத்தை' இழந்து நிற்கிறான்.

இவ்வாறு தன்னை அடிமையாக அடையாளப்படுத்திக் கொள்ளும் சிந்தனையின் மூல ஊற்று எது? என்பதே இங்கு கேள்வி?

தம் காலச் சமூகத்தில் நிலவிய அடிமை முறையின் தாக்கத்திற்காட்பட்டே தம்மை அடிமையாக பாவித்துப் பாடியுள்ளார்கள், அடிமை என்ற சொல்லைப் பயன்படுத்தி யுள்ளார்கள் என்பதே இக்கேள்விக்கான விடையாகும்.

ஆண்டையின் முன்னால் தன் சுயத்தை இழந்து ஒடுங்கி நிற்கும் அடிமையைப் போன்று கடவுளின் முன் அடியவன் நிற்க வேண்டும் என்பதே பக்திப் பனுவலாசிரியர்களின் எதிர்பார்ப்பு என்பது வெளிப்படை. உணவுக்கும் உடுகூறைக்கும் (ஆடைக்கும்) ஆண்டையை எதிர்நோக்கி வாழும் தன் காலத்து அடிமையை நினைவில்கொண்டே "உடுகூறையும் சோறும் தண் தாளாகில்லி' என்று திருப்பரங்குன்றப் பதிகத்தில் சுந்தரர் (9:3–4) குறிப்பிட்டுள்ளார்.

அடிமையை விற்கும் பழக்கம் மட்டுமன்றி ஒற்றிவைக்கும் பழக்கமும் இருந்துள்ளமையை

விற்றுக் கொள்வீர் ஒற்றி அல்லேன்
விரும்பி ஆட்பட்டேன்

என்ற சுந்தரரின் திருவாரூர்ப் பதிக வரியால் (1:1) அறிய முடிகிறது.

இவ்வுலகைத் துறந்து மறுவுலகை நாடி, 'பக்திச் சுவை நனி சொட்டச் சொட்டப்' பாடிய நாயன்மார்களால் தாம் வாழ்ந்த காலத்துச் சமூகத்தில் நிலவிய, ஆண்டான் X அடிமை, என்ற நடப்பியலைப் புறக்கணிக்க முடியவில்லையென்பதே உண்மை. இதன் விளைவாகப் பல்லவர் காலத்தில் நிலவிய அடிமை முறை குறித்த ஆவணப்பதிவுகளாக பக்தி இலக்கியங்கள் விளங்குகின்றன.

4

பிற்காலச் சோழர் கால அடிமைமுறை

கி.பி. பத்தாம் நூற்றாண்டு முதல் பதின்மூன்றாம் நூற்றாண்டு வரை உள்ள காலம் பிற்காலச் சோழர்கள் ஆதிக்கம் செலுத்திய காலமாகும். இதற்கு முந்திய காலங்களைவிட இக்காலத்தில் நிலவுடமை முறை இறுக்கமடைந்தது. ஆட்சிப்பகுதி விரிவுபடுத்தப்பட்டது. முதன் முறையாக அடிமை களைக் குறித்த ஏராளமான கல்வெட்டுச் சான்று களை இக்காலத்தில்தான் பார்க்கிறோம்.

போர் அடிமைகள்

சோழ மன்னர்கள் நிகழ்த்திய போர்களில் தோற்ற மன்னர்களின் மனைவியர்களும் அவர் நாட்டுப் பெண்டிரும் சிறை பிடித்து வரப்பட்டதாகச் சோழ மன்னர்களது கல்வெட்டுகள் குறிப்பிடுகின்றன. எடுத்துக் காட்டாகச் சில கல்வெட்டுகளைக் குறிப்பிடலாம் *(மார்க்சிய காந்தி 1979: 221–222.)*

ஆகவ மல்லனை அஞ்சு வித்துவிக்கலனையும்
சிங்கணையும்
உடை புறங்கண்டு மற்றவர்மஹாதேவியரோடும் வஷீ
வாகனங் கைக் கொண்டு
(சடையவர்மன் சோழர் பாண்டியன்)

ஆகவ மல்லனை அஞ்சுவித்தருளி அவன் ஆனையும்
குதிரையும் பெண்டிர் பண்டாரமும் கொண்டு
(விக்கிரமசோழன்)

இராஜபரிச் சின்னமும் தப்பில் சத்தி அனுத்தப்பி என்றிவர்
தேவியர் குழாமும் பாவையரிட்டமும் கொண்டு

(இராஜேந்திரன்)

இவ்வாறு பிடித்து வரப்பட்ட பெண்டிர் வரலாற்று வழக்கப்படி அடிமைகளாகவே இருந்திருப்பார்கள் என்பது திண்ணம்.

வீட்டடிமைகள்

சோழர் காலத்திய சமுதாய அமைப்பினைக் கூறும் பொழுது "சோழர் காலத்தில் குடிமக்கள் பிறருக்கு அடிமைகளாயினர் என்பதற்குக் கால்வெட்டுச் சான்றுகள் உள்ளன. ஆனால் அவர்கள் அடிமை பூண்டது கோயில்களுக்குத்தாமே அன்றித் தனிப்பட்டவர்களுக்கு அடிமைப்பட்டதாகவோ அடிமைகளாக வாழ்ந்ததாகவோ சான்றுகள் இல்லை" என்று கே.கே. பிள்ளை *(1981 : 339)* குறிப்பிடுகிறார். இக்கூற்று வரலாற்று உண்மைகளுடன் பொருந்துவதாக இல்லை.

பன்னிரண்டாம் நூற்றாண்டில் தோன்றிய பெரிய புராணத்தில் இடம் பெறும் சுந்தரர் கதை, வீட்டடிமை முறை வழக்கிலிருந்ததைக் குறிப்பிடுகிறது.

சுந்தரரின் திருமண நிகழ்ச்சியின்போது முதிய அந்தணர் கோலத்தில் வந்த சிவபெருமான், "சுந்தரர் என்னடிமை" என்று கூறினார். அதற்கு "ஆசில் அந்தணர்கள் வேறோர் அந்தணர்க்கு அடிமையாதல் பேச இன்றுன்னைக் கேட்டோம்" என்று சுந்தரர் விடைபகர, மறுமொழியாக முதிய அந்தணர் "வித்தகம் பேச வேண்டாம் பணிசெய்ய வேண்டும்" என்றழைத்தார்.

அத்துடன் சுந்தரர், தம் அடிமையென்பதனை நிரூபிக்கும் 'ஆளோலை' தன்னிடம் உள்ளது என்று கூறினார். அதனைக் காண்பதற்காக அவரைப் பின் தொடர்ந்து சென்ற சுந்தரர் தம்முடைய அடிமை என்பதை நிரூபிக்கும் ஆலோலை என்றும் கூறினார். அவ்வோலையைப் பார்ப்பதாகக் கேட்டு வாங்கி அதனைக் கிழித்தெறிந்தார்.

பின்னர் முதிய அந்தணர் ஊர்ச்சபையில் முறையிட்டார். ஊர்ச் சபையின் அந்தணர்கள் அவரை நோக்கி சுந்தரரை அடிமையென்று கூறிய கொடிய சொல்லினை உறுதிப்படுத்த வேண்டும் என்று வேண்டினர். தலைவராக விளங்கும் அந்தணர் அவரை 'மறையவர் அடிமையாதல் இந்த மாநிலத்திலில்லை' என்று கூற முதிய அந்தணரோ சுந்தரர் கிழித்த வோலை அவனது பாட்டன் எழுதித்தந்த வோலையின் படியோலை (நகல்கள்) தான் என்று கூறி மூலவோலையைக் காட்டினார்.

"அருமறை நாவல் ஆதி சைவன் ஆரூரன் செய்கை
பெருமுனி வெண்ணெய் நல்லூர்ப் பித்தனுக்கு யானும் என்பால்
வருமுறை மரபுளோரும் வழித்தொண்டு செய்திற்(கு) ஓலை
இருமையால் எழுதி நேர்ந்தேன் இதற்கிவை என்னெழுத்து"

என்றெழுதப்பட்ட இவ்வோலையில், சாட்சிக் கையெழுத் திட்டவர்களின் கையெழுத்தைச் சரிபார்த்ததுடன், ஓலையை எழுதிக் கொடுத்த சுந்தரரின் பாட்டனார் கையெழுத்தை, அவர் கையெழுத்துடன் கூடிய வேறோர் ஓலையுடன் ஒப்பு நோக்கி, ஓலை உண்மையானதே என்று உறுதிப்படுத்தினர். இதனால் திருமணக்கோலம் பூண்ட சுந்தரர் அடிமையாக அந்தணர் பின்சென்றார்.

இக்கதையின் பக்திமைத் தன்மையை ஒரு பக்கம் ஒதுக்கிவிட்டு இதில் காணக்கிடக்கும் சமுதாய வழக்கியல்களை உற்று நோக்கினால் பின்வரும் செய்திகளை உணரலாம்:

1. அடிமை முறை சோழர் காலத்தில் நிலவியது.
2. அந்தணர் அடிமையாகும் வழக்கமில்லை.
3. அடிமையாவோர் அடிமையாளருக்கு ஓலை எழுதிக் கொடுக்கும் பழக்கமுண்டு, இதற்கு ஆளோலை என்று பெயர்.
4. ஆளோலையில் எழுதிக்கொடுத்தவரின் கையெழுத்துடன் சாட்சிகளின் கையெழுத்துக்களும் இடம் பெற்றிருக்கும்.
5. தன்னை மட்டுமன்றி, தன் பரம்பரையினரையும் அடிமையாக எழுதிக் கொடுக்கும் பழக்கம் உண்டு.
6. அடிமை தன் பணியில் தவறினால் அது குறித்து அடிமையாளன் ஊர் வழக்குமன்றத்தில் முறையிடலாம்.
7. தக்க ஆளோலை இருப்பின் அடிமையாளனுக்கு அடிமை யின் மேலுள்ள உரிமையினை ஊரவை உறுதிப்படுத்தும்.

இவ்வாறு இலக்கிய ஆதாரம் மட்டுமன்றிக் கல்வெட்டா தாரங்களும் வீட்டடிமைகள் குறித்துக் காணப்படுகின்றன.

மூன்றாம் குலோத்துங்கச் சோழன் கி.பி. 1215–14இல் திருத்துறைப் பூண்டி வட்டம் கிராமத்திலுள்ள கைலாசநாதர் கோவிலுக்கு நிலத்துடன் அடிமையையும் கொடையாக வழங்கி யுள்ளான். இச்செய்தியை, "தானமாகக் கொடுத்த நிலமும் அடிமையுமாவது" என்று கல்வெட்டுக் குறிப்பிடுகிறது. *(S.I.I. 23:474)*

ராஜகேசரி வர்மன் என்ற இரண்டாம் இராஜாதிராஜனின் பதினேழாம் ஆட்சியாண்டுக் கல்வெட்டு ஒன்று சீர்காழி

அருகிலுள்ள ஆச்சாள் புரத்தில் உள்ளது. (ARE 1918 No. 538. P.45of 1919) இக்கல்வெட்டு திருவாழி நாட்டு குலோத்துங்க சோழ சதுர்வேதி மங்கலசபையார் கூடியெடுத்த சில முடிவுகளைக் குறிப்பிடுகிறது. அம்முடிவுகளில் ஒன்று அடிமைகளைக் குறித்ததாகும்.

> "ஒருத்தன் அடியானுக்கு ஒருத்தி வாழ்க்கைப்பாட்டால்
> அவன் மரித்தால் அவன் தேடின காணியும் அடிமையும்
> அங்க பூஷணமும் (அணிகலனும்) கன்று காளை மாடும்
> இவளும் இவன் மக்களுக்குமே .... சொந்தமாவதாக.

அடிமைகளைக் குறிக்கும் இக்கல்வெட்டு வரிகளுக்கு (வரி 65–70) விளக்கம் தருவதில் ஆய்வாளர்களுக்கிடையே கருத்து வேறுபாடு உள்ளது. அது ஒருபுறம் இருக்க, இக்கல்வெட்டு வரி களின் வாயிலாகப் பின்வரும் செய்திகளை அறிந்துகொள்கிறோம்.[2]

'. . .ஒருவன் இறந்து போனால் அவனது ஏனைய உடைமைகளைப் போன்றே அடிமையும் அடிமையின் மனைவியும் இறந்தவனின் மக்களுக்கு உரிமையாகிறார்கள். அடிமைகள் விற்பனைக்குரியவர்கள் என்பதை,

"இவன் தேடின அடிமையுங் காணியும் இவன் விற்றார்க்கே விலையாவதாகவும்" என்ற வரி உணர்த்துகிறது. (திருமலை, 1987: 183)

விக்கிரமச் சோழன் ஆட்சியில் அந்தணன் ஒருவன் கோவில் நகைகளைத் திருடிவிட்டான், அதற்காக அவன் உடமைகள் தேவதானமாக (கோவிலுக்குரியதாக) ஆக்கப்பட்டன. இவ்வுடமைகளுள் ஒன்றாக அடிமைகளும் குறிக்கப்பட்டுள்ளனர். "நத்தமனையும் அடிமையும்" என்று 1199ஆம் ஆண்டைச் சார்ந்த கல்வெட்டு இதனைக் குறிப்பிடுகிறது (நீலகண்ட சாஸ்திரி).

வயிராதராயன் என்ற சிற்றரசன், தன் மனைவியர் சீதனமாகக் கொண்டுவந்த அடிமைகளை மனைவியர் இசைவுடன் திருவாலங் காட்டுக் கோவிலைச் சார்ந்த மடத்துக்கு அளித்த செய்தியினைக் கல்வெட்டொன்று குறிப்பிடுகிறது. தனிப்பட்டவர்கள் சீதனமாக அடிமைகளைக் கொண்டுவரும் இப்பழக்கம் வீட்டடிமை முறை இருந்ததை உறுதிப்படுத்துகிறது. (இராசமாணிக்கனார் 1960).

பணம் கொடுத்துக் குழந்தைகளை விலைக்கு வாங்க முடியும் என்னும் நிலை சோழர் காலத்தில் இருந்துள்ளது. இதற்குச் சான்றாக, பெரிய புராணத்தில் சேக்கிழார் குறிப்பிடும் பின்வரும் செய்தி அமைந்துள்ளது. சிவனடியார் வேடத்தில் வந்து பிள்ளைக் கறி கேட்ட சிவனுக்கு அவர் விரும்பியவாறே பிள்ளைக்கறி வழங்க சிறுத்தொண்டர் முடிவு செய்கிறார். கறி சமைக்கப் பயன்படும் சிறுவனை எங்கு பெறுவது என்பது குறித்து,

'.... மற்றித் திறத்து மைந்தர் தமை
நினைவு நிரம்ப நிதி கொடுத்தால் தருவார் உளரே'

என்று தம் மனைவி திருவெண்காட்டு நங்கையிடம் கூறுகிறார் (சிறுத்தொண்டர் நாயனார் புராணம், செய்யுள் 56).

அந்தணர்களும் வேளாளர்களும், அரசர்களும், அரசு அதிகாரிகளும் கோவில்களுக்கும், மடங்களுக்கும் அடிமைகளைத் தானமாகவோ, விலைக்கோ கொடுத்த செய்திகளைக் கல்வெட்டுகள் பல குறிப்பிடுகின்றன. இவர்கள் தங்களுடைய பணத்தேவைக்கோ, ஒரு குறிப்பிட்ட எண்ணிக்கைக்கு மேல் அடிமைகள் தேவையில்லை என்ற நிலையிலோ அடிமைகளை விற்றிருக்க வேண்டும். பெரிய நிலவுடைமை நிறுவனம் என்ற முறையில், மடங்களும் கோவில்களும் அடிமைகளை விலைக்கு வாங்கியோ, கொடையாகப் பெற்றோ அவர்களது உழைப்பைப் பயன்படுத்தியுள்ளன.

பெரிய நம்பி என்ற வைணவ சமயாச்சாரியார் திருவரங்கத்தில் வாழ்ந்து வந்தார். இராமானுஜரின் சமகாலத்தவரான இவருக்கு அத்துழாய் என்ற மகள் உண்டு. ஆற்றிலிருந்து தண்ணீர் எடுத்து வரத் துணை வேண்டுமென்று தன் மாமியாரிடம் அத்துழாய் ஒருநாள் கேட்டாள். சீதன வெள்ளாட்டியை (சீதனமாக அனுப்பி வைக்கப்படும் வேலைக்காரி) தந்தையான பெரிய நம்பியிடமிருந்து அழைத்து வந்து வைத்துக்கொள்ளும்படி மாமியார் பதில் கூறிவிட்டாள். அவ்வாறே அத்துழாய் தன் தந்தையிடம் கூற, அவரோ "உன் அண்ணன் எம்பெருமானிடம் சொல்" என்று கூறிவிட்டார். அவ்வாறே எம்பெருமானாரிடம் சென்று அத்துழாய் தன் தேவையைக் கூற அவர் முதலியாண்டான் என்பவரை அனுப்பி வைத்தார். "குரு பரம்பரை பிரபாவம்" (குரு பரம்பரை வைபவம்) என்ற வைணவ நூல் குறிப்பிடும் இச்செய்தியால் திருமணமான பெண்ணுடன் வெள்ளாட்டியைச் சீதனமாக அனுப்பும் பழக்கம் சோழர் காலத்தில் இருந்தமை தெரியவருகிறது.

வனம் புகும் இராமனுடன் செல்லும் இலக்குவன் தம்பியாக அன்றி அடிமையாகச் செல்ல வேண்டும் என்று இலக்குவனின் தாயார் சுமத்திரை கூறுவதை '. . . தம்பி என்னும்படி அன்று அடியாரினின் ஏவல் செய்தி' என்று கம்பன் (செய்யுள் 1752) குறிப்பிடுகிறான். இலக்குவனும், 'இந்நெடுஞ் சிலைவலானுக்கு ஏவல் செய் அடியன் யானே' என்று அனுமனிடம் தன்னை அறிமுகப் படுத்திக் கொள்கிறான் (செய்யுள் 3778). தொல்காப்பியருக்குப் பின்னும் அடியார் என்னும் சொல் அடிமையைக் குறித்து நின்றுள்ளதைக் கம்பனது பாடல்கள் உணர்த்துகின்றன.

கோவில், மட அடிமைகள்

சோழர் காலத்தில் கோவில்களும் மடங்களும் சமுதாயத்தில் முக்கிய இடம் வகித்தன. கணக்கற்ற சொத்துக்களைக் கொண்டிருந்த இந்நிறுவனங்கள், சொத்துக்களாக மதிக்கப்பெற்ற அடிமைகளையும் தமக்கெனக் கொண்டிருந்தன. வளம் படைத்தவர்கள் தம்முடைய சொந்த அடிமைகளை இவற்றிற்கு விலைக்கு விற்றமைக்கும் தானமாக வழங்கியமைக்கும் கல்வெட்டுச் சான்றுகள் உள்ளன. (கே.கே. பிள்ளை 1981; 339 – 340, சதாசிவ பண்டாரத்தார் – 1971: 101 – 104, Nilakanta Sastri – 555 – 57, இராசமாணிக்கனார் – 1960)

கி.பி. 948இல் நந்தி வர்ம மங்கலத்து மத்தியஸ்தன் ஒருவன் திருச்சி மாவட்டம் வயலூரிலுள்ள திருக்கற்றளிப் பரமேசுவரர் கோவிலுக்குத் திருப்பதிகம் பாடல், கவரி வீசுதல் ஆகிய பணிகளைச் செய்ய மூன்று பெண்களைத் தானமாக அளித்துள்ளான்.

கி.பி. 1002இல் செங்கல்பட்டு மாவட்டத்திலுள்ள திருவிடந்தைப் பெருமான் கோவில் என்னும் ஊரிலுள்ள ஸ்ரீவராக தேவர் கோவிலுக்கு 12 மீனவ குடும்பங்கள் தங்களை அடிமையாக விற்றுக்கொண்டன.

கி.பி. 105இல் அரசியல் அதிகாரி ஒருவன் நெல்லை மாவட்டம் நாங்குனேரித் தாலுகாவிலுள்ள கருங்குளம் ஊரைச் சார்ந்த இராச சிம்மேசுவரமுடையார் கோவிலுக்குப் பறைகொட்டும் உவச்ச அடிமையினைத் தானமாக அளித்துள்ளான்.

கி.பி. 1201இல் வெள்ளாளன் ஒருவன் தன்னையும் தன் பெண் மக்கள் இருவரையும் பஞ்சத்தின் காரணமாகத் திருப்பாம்புரக் கோவிலைச் சேர்ந்த மடத்துக்கு 110 காசுகளுக்கு விற்றுக் கொண்டான்.

கி.பி. 1208இல் வயிராதராயன் என்ற அரசியல் தலைவனும் அவன் மனைவியும் திருவாலங்காட்டுக் கோவிலைச் சார்ந்த மடத்துக்கு முப்பத்தாறு பேரை அடிமையாக அளித்துள்ளனர். இதே ஆண்டில் திருக்காரோணத்துக் கணக்கர் இருவர் தங்கள் பரம்பரை அடிமைகளான பெண்கள் சிலரைச் சூலமங்கலக் கோவிலுக்கு விற்பனை செய்துள்ளனர்.

கி.பி. 1218–19இல் எதிரிலிசோழகங்கை நாடாள்வான் என்பான் திருமறைக் காடுடையார் கோவிலுக்குப் பத்து அடிமைகளையும், அவர்கள் கூட்டத்தாரையும் (உறவினர்) ஆயிரம் காசுகளுக்கு விற்றுள்ளான். (அ. ஆ. 1)

இதே அதிகாரி 1239இல் இதே கோவிலுக்குக் கழனி குடியாள் என்ற இரண்டு பெண்களை அடிமையாக விற்றுள்ளான்.

ஆ. சிவசுப்பிரமணியன்

கி.பி. 1235இல் திருக்கொறுக்கையில் உள்ள கோவிலில் 100க்கு மேற்பட்ட ஆண் பெண் அடிமைகளின் பெயர்கள் காணப்படுகின்றன (நீலகண்ட சாஸ்திரி 564–565).

திருநெல்வேலி மாவட்டம் கரிசூழ்ந்த மங்கலம் வேங்கடாசலபதி கோவிலுக்குப் பாண்டியர் ஆட்சிக் காலத்தில் வண்ணார் இருவரைத் தானமாகக் கொடுத்துள்ளதை 1916ஆம் ஆண்டுக் கல்வெட்டறிக்கை (எண். 568) குறிப்பிடுகிறது.

பிற்காலப் பாண்டியர் ஆட்சியிலும் அடிமைகளைக் கொடையாகக் கோயிலுக்கு வழங்கும் வழக்கம் இருந்துள்ளது. முதல் மாறவர்மன்குலசேகர பாண்டியனின் கி.பி.1305 ஆவது ஆண்டுக் கல்வெட்டொன்றில், ஆரியச் சக்கரவர்த்தி என்ற அரசு அதிகாரி திருப்புல்லாணி பெருமாள்கோயிலுக்கு இடைக்குடியைச் சேர்ந்த கொற்றன் சூரியன், சந்தனை என்ற இருவரைக் கொடையாக வழங்கியுள்ள செய்தி இடம் பெற்றுள்ளது. வைணவக் கோயில் அடிமைகள் என்பதை வெளிப்படுத்தும் வகையில் அவர்கள் இருவரது உடலிலும் சங்கு சக்கரச் சின்னங்கள் பொறிக்கப்பட்டதையும் இடையர்கள் செலுத்தவேண்டிய தொழில்வரியான இடைவரியில் இருந்து இவர்களுக்கு விலக்களிக்கப்பட்டதையும் இக்கல்வெட்டு மேலும் குறிப்பிடுகிறது (தெ.இ.க.8: 396).

அடிமைகளின் பணி

அடிமைகளின் பணி இன்னதென்பதைத் தெளிவாக வரையறுத்துக் கூறமுடியாவிட்டாலும், கிடைத்துள்ள ஆதாரங்களின்படி, தேவரடி யாராகவும் கோவில் பணி செய்வோராகவும் இருந்த பெண் அடிமைகள் கவரிவீசவும், திருப்பதியம் பாடவும், கோவிலைத் தூய்மை செய்யவும், நெல்குத்தவும் பயன்படுத்தப்பட்டனர் என்று தெரிகிறது.

செந்தாமரைக் கண்ணன் என்னும் வயிராதராயன் திருவொற்றியூரிலுள்ள ஆதிபுரீஸ்வரர் கோயிலின் நெல் குற்றும் சாலைக்கு நெல்குற்றுவதற்காக (1) பெரியநாச்சி, (2) மாரி, (3) கவுத்தாழ்வி, (4) திருவாண்டி, (5) வடுகாழ்வி என்னும் ஐந்து பெண்களையும் தானமாக அளித்துள்ளான். இச்செய்தியினைக் கூறும் கல்வெட்டு.

> "... இன்னா யனார் நெற்குத்து சாலைக்கு
> இவ்களும் இவ்வழியில் உள்ளாகும் சந்திராதித்த வரை
> நெற்குற்றுவதாகக் கொண்டு சிலாலேகை பண்ணிக் குடுத்தேன்"

என்று முடிவடைகிறது. (அ. ஆ. 2).

ஆண் அடிமைகள் வேளாண்மையிலும் ஆநிரை மேய்த்தலிலும் ஈடுபட்டார்கள். உவச்சர் பறை கொட்டும் பணியினைச் செய்தனர்.

அடிமைகளும் இலச்சினையும்

கிரேக்கம், ரோம் போன்ற நாடுகளைப் போலவே அடிமைகளுக்கு முத்திரையிடும் முறை பிற்காலச் சோழர் காலத்தில் வழக்கிலிருந்துள்ளது. பின்வரும் செய்திகள் அடிமைகளுக்கு இலச்சினையிடப்பட்டதனை உணர்த்துகின்றன.

முதலாம் குலோத்துங்கன் ஆட்சியில் கி.பி. 1088இல் காளகஸ்தியில் கோவிலுக்குரிய தேவரடியார்களுக்குத் தவறுதலாக அரசு முத்திரையிடப்பட்டது. கோவில் அதிகாரிகள் இது குறித்து மன்னரிடம் முறையிட்டனர். பின்னர் அவனது உத்தரவின் பேரில் அரசலச்சினை அழிக்கப்பட்டு அக்கோவிலுக்குரிய சூலச்சின்னம் இடப்பட்டது. (நீலகண்ட சாஸ்திரி – மேலது 556)

திருவாலங்காட்டிலுள்ள கோயிலைச் சார்ந்த மடத்துக்கு வயிராத ராயன் என்ற சிற்றரசன் அளித்த அடிமைகளுக்கு சூலச்சின்னம் பொறிக்கப்பட்டது. (இராசமாணிக்கனார் – 1960)

தேவரடியார்க்கு, அவர்கள் பாதங்களில் சூலச்சின்னம் பொறிக்கப்பட்டது. கே. கே.பிள்ளை 1981) வைணவக் கோவில் அடிமைகளுக்கு சக்கரச் சின்னம் பொறிக்கப்பட்டது.

அடிமைகளும் தண்டனையும்

அடிமை முறையின் அவலங்களைப் பொறுக்க முடியாது அடிமைகள் ஓடிப்போவதும், தங்களுக்கிடப்படும் பணிகளை முறையாக நிறைவேற்றாததும் சோழர் காலத்தில் நிகழ்ந்துள்ளன.

அடிமைகள் சிலர் ஓடிப்போகவே, அவர்களைத் தேடிப்பிடித்து, தண்டித்து அவர்களிடம் மீண்டும் வேலைவாங்கும்படி மூன்றாம் குலோத்துங்கன் உத்தரவிட்டுள்ளான். இவ்வுத்திரவு திருவாலங்காட்டுக் கோவிலில் பொறிக்கப்பட்டுள்ளது. (இராச மாணிக்கனார் – 1960)

வயிராதாராயன் என்ற சிற்றரசன் திருவாலங்காட்டுக் கோயிலுக்கு முப்பத்தாறு பேரை அடிமைகளாக அளித்ததைக் குறிக்கும் கல்வெட்டில் அவர்கள் தங்கள் கடமைகளில் தவறினால் தண்டிக்கப்படுவர் என்ற எச்சரிக்கையும் இடம் பெற்றுள்ளது. இதே அடிமைகள் மடத்தின் சட்டநாதருடைய உத்தரவுகளை மீறிக் குறும்புத் தனமாகவும் முரட்டுத்தனமாகவும் நடத்துகொண்டனர். இச்செயல் கோவில் மட அதிகாரிகளைக் கொண்ட பொதுச் சபைக்கு கொண்டு போகப்பட்டது. கல்வெட்டு சிதைந்துள்ளதால்

இச்சபை என்ன முடிவெடுத்தது என்பதனை அறிய முடியவில்லை. *(நீலகண்ட சாஸ்திரி – 556).*

அடிமைகளின் வாழ்க்கை நிலை

சோழர் காலத்தில் அடிமைகளின் விற்பனையைக் குறிப்பிடும் கல்வெட்டுக்கள்தான் நமக்குக் கிடைத்துள்ளனவே தவிர அவர்களது வாழ்க்கை நிலையினைக் காட்டும் செய்திகள் எவையும் கிடைக்கவில்லை. ஆயினும் இவர்களில் பெரும்பாலோர் பரம்பரை அடிமைகள். புதிதாக அடிமைத் தளையில் புகுந்தவர்கள் தங்களை மட்டுமன்றித் தங்கள் பரம்பரையிரையும் அடிமைகளாக்கியுள்ளனர்.

"சந்திராதித்தர் உள்ளவரை"

"பரம்பரை பரம்பரையாக"

"வழியடிமை"

"யானும் எம் வம்சத்தாரும்"

"இவர்களையும் இவர்கள் வர்க்கத்தாரையும்"

"எங்களுக்கு கிரமாகதமாய் வருகின்ற"

என்று வரும் தொடர்கள் மீளா அடிமைத்தளையில் இவர்கள் வீழ்ந்தனர் என்பதனையுணர்த்துகின்றன.

•

5|

விஜயநகரப் பேரரசுக் கால அடிமைமுறை

கி.பி. 1365இல் விஜய நகரப் பேரரசின் ஆதிக்கத்தில் தமிழகத்தின் பெரும்பகுதி வந்தது. செஞ்சி, தஞ்சை, மதுரை ஆகிய ஊர்களைத் தலைநகராகக் கொண்டு விஜயநகர மன்னர்களுக்குக் கட்டுப்பட்ட நாயக்கர் ஆட்சி தோன்றியது. இவர்களின் ஆட்சிக் காலத்தில் பதினாறாம் நூற்றாண்டின் தொடக்கத்தில் போர்ச்சுக்கீசியர்களும் பதினேழாம் நூற்றாண்டின் நடுப்பகுதியில் டச்சுக்காரர்களும் தமிழகத்தின் கடற்கரைப்பகுதிகளில் ஆதிக்கம் செலுத்தத் தொடங்கினர்.

13ஆம் நூற்றாண்டில் தமிழகத்தில் சுற்றுப் பயணம் செய்த இபான் – பத்துதா *(Ibn Battuth)* என்ற ஆப்பிரிக்க நாட்டு முஸ்லீம் பயணியின் பயணக் குறிப்பு, அடிமை வாணிபம் இக்காலத்தில் இருந்ததைக் குறிப்பிடுகின்றது. மாலத்தீவில் சோழ மண்டல அடிமைப் பெண் ஒருத்தியை அந்நாட்டு மன்னன் அவருக்கு அன்பளிப்பாகக் கொடுத்ததை அவர் குறிப்பிடுகிறார். மேலும் மதுரையில் அடிமைப் பெண் ஒருத்தியை விலைக்கு வாங்கியதாகவும் அவர் குறிப்பிடுகிறார். *(Nilakanta Sastri K.A. 1972:61, 282)*

இக்காலத்தில் சோழர் காலத்தைப் போல் அடிமை முறையினைக் குறித்த கல்வெட்டுக்கள் அதிகமாகக் கிடைக்கவில்லை. கிருஷ்ண தேவராயர் காலத்திலும் (1509–1529) ராமதேவ மகாராயர்

(1542–1565) காலத்திலும் நிகழ்ந்த அடிமை விற்பனை குறித்த மூன்று ஓலைகளின் நகல்கள் நமக்குக் கிடைத்துள்ளன. (அ. ஆ. 19,20,21).

முதல் ஓலையில் ரெட்டி கடலங்குடியிலிருக்கும் ராமசச்சந்திர நாயகர் தம் அடிமைகளான முத்தன், மற்றொருவன் வெளிச்சான், அவன் பெண்ஜாதி பார்வதி ஆகிய நால்வரையும் கோபாலசக்கரம் குளிகை பதினாலு பொன்னுக்கு குண்ண மருதூர் மாகாணம் மங்க நல்லூரிலிருக்கும் சுப்பிரமணிய முதலியாருக்கு விற்ற செய்தி காணப்படுகிறது.

இரண்டாம் ஓலையில் தியாகராச முதலியார் பறையன் சந்தோசி மகன் ராயனை மந்தியஸ்தர் முன்னிலையில் சுப்பிரமணிய முதலியாருக்கு கோபாலச்சக்கரம் குளிகை பத்துக்கு விற்பனை செய்தது குறிக்கப்பட்டுள்ளது.

மூன்றாம் நிலையில் கஞ்சா நகரத்தில் வாழ்ந்த அப்பாச்சி முதலியாருக்கு சுப்பா படையாச்சி தம்மிடம் இருந்த அடிகைள் ராமன், ராமன் மனைவி முக்கட்டை இவர்கள் பிள்ளைகள் ஆகியயோரை எண்பது பொன்னுக்கு விற்ற செய்தி எழுதப்பட்டுள்ளது.

இம்மூன்று ஓலைகளிலும் விற்றவர் – விற்கப்பட்டவர் – வாங்கியவர் ஆகிய மூவரின் பெயர்களும் குறிக்கப்பட்டுள்ளன.

அடிமையின் பெயரைக் கூறி “கொள்வாருளரோ கொள்வாருளரோ” என்று இவ்வோலைகள் கூறுவதிலிருந்து பொது இடங்களில் அல்லது சந்தைகளில் வெளிப்படையாக ஏலமிடபட்டனர் என்பது புலனாகிறது:[3] அடிமைகளை விற்பவருக்கும் வாங்குபவருக்குமிடையில் அடிமையின் விலையினை நிர்ணயம் செய்ய மத்தியஸ்தர்கள் உதவியுள்ளனர். சோழர் காலத்தைவிட அடிமைமுறை மிகப் பரவலான முறையில் இருந்ததை இது உணர்த்துகிறது.

கி.பி. 1568இல் செஞ்சி மன்னன் சூரப்ப நாயக்கர் காஞ்சி காமாட்சி கோவிலுக்கு நந்தவனஞ் செய்வோரை அடிமைகளாகக் கொடுத்துள்ளார்.

கி.பி. 1676–1682 ஆண்டுகட்கிடையில் தோன்றியுள்ள முக்கூடற் பள்ளு என்னும் நூலில் அடிமை முறை அக்காலத்தில் வழக்கிலிருந்ததைக் காட்டும் குறிப்புகள் காணக் கிடக்கின்றன.

இப்பள்ளு நூலில் வரும் மூத்தபள்ளி தன் குடித்தரங் கூறும் போது

“முத்தமிழ் நாட்டழகர்
கொத்தடி யானுக்கான

முக்கூடல் மூத்தபள்ளி
நானே யாண்டே

என்று கூறுவதையும், இளைய பள்ளி

"அடிமைக்கு நேற்றிரா வெல்லாம் உறக்கமில்லை",
"மூப்படியானும் (பழைய அடியான்) பேய்ப்பட்டான்"

என்று கூறுவதையும் சான்றாகக் குறிப்பிடலாம் (கொத்தடியான் – பரம்பரை அடிமை).

கி.பி. 16ஆம் நூற்றாண்டைச் சார்ந்த சூடாமணி நிகண்டு (2:41) தொத்து, கிணகர், தாசர், தொழும்பு, தொறு, விருத்தி, தொண்டு, சேடர், ஆள் ஆகிய சொற்கள் அடிமையைக் குறிக்கும் என்று குறிப்பிடுகிறது. இவ்வொன்பது சொற்களுள் ஆள், தொழும்பு என்ற இரு சொற்கள் மட்டுமே ஒன்பதாம் நூற்றாண்டைச் சார்ந்த திவாகர நிகண்டில் இடம்பெற்றுள்ளன. ஒன்பதாம் நூற்றாண்டிற்குப் பின்னர் அடிமைமுறை வளர்ச்சியடைந்ததன் விளைவாகவே அடிமையைக் குறிக்கும் சொற்களின் எண்ணிக்கை அதிகரித்துள்ளது என்பது தெளிவு.

• • •

கொங்கு நாட்டில் அடிமைமுறை

கொங்குநாட்டில் கிட்டிய ஆவணங்களைத் தொகுத்து 'கொங்கு நாட்டு சமுதாய ஆவணங்கள்' என்ற தலைப்பில் செ. இராசு ஒரு நூலாக வெளியிட்டுள்ளார். இந்நூலில் அடிமைகள் குறித்த சில ஆவணங்கள் இடம்பெற்றள்ளன. இவை நாயக்கர் ஆட்சிக் காலம் சார்ந்தன என்று கருத இடமுள்ளது.

எழுதப்பட்ட காலம் தெளிவில்லாத ஒரு செப்பேடு, பணிசவர் ஒருவரை நாடார்கள் அடிமையாக வைத்திருந்ததைக் குறிப்பிடுகிறது (இராசு 1991: 231). திருமலைநாயக்கர் ஆட்சிக் காலத்தில் (கி.பி. 17ஆம் நூற்றாண்டு) எழுதப்பட்ட செப்பேடு ஒன்று குமரன் என்ற நாவிதர் ஒருவரை, இருப்புலி என்ற ஊரிலிருந்த கவுண்டர்கள் விலைக்கு வாங்கி வந்து ஊத்தனூரில் வீடுகட்டிக் குடியேற்றியதைக் குறிப்பிடுகிறது (மேலது 265).

போர்ச்சுக்கீசியர்களும் அடிமை வாணிபமும்

மதுரை நாயக்கர்களின் ஆளுகையில் இருந்த கடற்கரைப் பகுதிகளில் கி.பி. 1533 தொடங்கி 1658 வரை போர்ச்சுக்கீசியர்களின் ஆதிக்கம் நிலவியது. இவர்கள் அடிமை வாணிபத்திலும் ஈடுபட்டனர். இதுகுறித்து வெனான்சியஸ் (1977: 244) பின்வருமாறு குறிப்பிட்டுள்ளார்.

ஆண் பெண் அடிமைகளை செம்மறி ஆடுகளைப் போல் வாங்கும் கொடிய பழக்கம் போர்ச்சுக்கீசியர்களிடம் இருந்தது. இளம்பெண்களை விலைக்கு வாங்கி அவர்கள் அனைவரையும் அனுபவித்து விட்டு, பின்னர் விற்று விடும் பழக்கம் போர்ச்சுக்கீசியர் பலரிடமும் இருந்தது. திருமணமானவர்கள் கூட நான்கு, எட்டு, பத்து என பெண்ணடிமைகளை வைத்திருந்ததுடன் அப்பெண்களுடன் உறங்கும் பழக்கத்தைக் கொண்டிருந்தனர். இது வெளிப்படை யாகத் தெரிந்த ஒன்று என நிக்கோலா வான் சிட்டா என்ற கத்தோலிக்கத் துறவி 1550 டிசம்பரில், சேசு சபையின் நிறுவனர் இக்னேஷியஸ் லயோலாவுக்கு எழுதிய கடிதத்தில் குறிப்பிட்டுள்ளார்.

அப்பாவி அடிமை இளம்பெண்களை அவர்களின் விருப்பத்திற்கு எதிராகச் சிறைபிடித்து அவர்களை அனுபவித்து விட்டு, இந்து மற்றும் இஸ்லாமிய வணிகர் களுக்கு விற்று விடும் வெறுக்கத் தக்க குற்றத்தை முத்துக் குளித்துறைப் போர்ச்சுக்கீசியர் மேற்கொண்டனர். போர்ச்சுக்கீசியரின் இச்செயலை சவேரியார் தமது கடிதம் ஒன்றில் கண்டித்துள்ளார்.

வெனான்சியஸ் குறிப்பிடும் புனித சவேரியாரின் கடிதம் புன்னைக் காயலிருக்கும் தமது உதவியாளர் பிரான்சிஸ் மன்சிலாசுக்கு 27, மார்ச், 1544இல் எழுதியதாகும். மணப்பாடு என்னும் கடற்கரைச் சிற்றூரிலிருந்து சவேரியர் எழுதிய கடிதத்தில்

புன்னைக்காயலில் உள்ள பெண் அடிமைகளைப் போர்ச்சுக்கீசியர்கள் சிறை பிடித்திருப்பதைக் குறித்து நான் ஏற்கெனவே கொல்லம் மற்றும் கொச்சியின் முதன்மைக் குருவுக்கு எழுதியுள்ளேன். அவர்கள் யாரென்றும், அவர்கள் யாரைத் தூக்கிச் சென்றுள்ளார்கள் என்பதையும் அதன் தாக்கத்தையும் அவர்கள் சமூகத்திலிருந்து வெளியேற்றப்படும் போது அறிந்துகொள்வார்கள்.

என்று குறிப்பிட்டுள்ளார். (பிரிட்டோ வின்சென்ட் 2002: 23, 24)

நாகப்பட்டினம், தூத்துக்குடி ஆகிய கடற்கரைப் பட்டினங்களிலிருந்து அடிமைகளைப் போர்ச்சுக்கீசியர் அழைத்துச் சென்றதாகப் போர்ச்சுக்கீசிய மொழி ஆவணங்களைப் படித்தறிந்த சகோ. டெக்லா தமது முனைவர் பட்ட ஆய்வேட்டில் குறிப்பிட்டுள்ளார். போர்ச்சுக்கீசியர் அடிமை வாணிபம் குறித்து அவர் குறிப்பிடும் செய்திகள் வருமாறு:

தூத்துக்குடியிலிருந்து கொழும்பிற்குக் கொண்டுவரப்பட்ட அடிமைகள் மரம் வெட்டுதல், சுமை தூக்குதல் ஆகிய பணிகளில் ஈடுபடுத்தப்பட்டனர்.

சோழ மண்டலக் கடற்கரைப் பகுதியில் அடிக்கடி நிகழ்ந்த பஞ்சங்கள் அடிமை வாணிபத்திற்கு உதவின. அரிசியும் தேங்காயும் கொண்டு வந்த கப்பல்கள் பஞ்சத்திற்கு இரையான மக்களை அடிமைகளாக்கி ஏற்றிச் சென்றன.

3. டச்சுக்காரர்களின் அடிமை வாணிபம்

பதினேழாம் நூற்றாண்டின் நடுப்பகுதியில் போர்ச்சுக்கீசியர்களிடமிருந்து தமிழ்நாட்டின் கடற்கரைப் பகுதிகளை டச்சுக்காரர்கள் கைப்பற்றினர். இவர்களும் போர்ச்சுக்கீசியர்களைப் போன்று அடிமை வாணிபத்தில் ஈடுபட்டனர்.

உள்நாட்டில் அடிமைகளாக மக்களில் ஒரு பகுதியினர் விற்கப்பட்ட நிலை மட்டுமன்றி அயல்நாடுகளுக்கும் அடிமைகளாக – அனுப்பப்பட்ட கொடுமையும் இக்காலத்தில் நிகழ்ந்தது. சொக்கநாத நாயக்கர் (1659–1682) ஆட்சிக் காலத்தில் பஞ்சமும் யுத்தமும் மக்களைக் கடுமையாகப் பாதித்தன. உயிருள்ள எலும்புக்கூடுகளாக மக்கள் நடமாடிக் கொண்டிருந்தார்கள். தஞ்சைப் பகுதியில் உள்ள மக்கள் மிகவும் கடுமையாகப் பாதிக்கப்பட்டனர், சாந்தோம் பகுதிக்கு அடைக்கலமாகச் சென்ற இம்மக்களுக்கு டச்சுக்காரர்கள் உணவளித்தார்கள். போதிய அளவு கூட்டம் சேர்ந்து உடல் பலமும் பெற்ற பிறகு கப்பல்களில் ஏற்றிச் சென்று அயல் நாடுகளில் அடிமைகளாக விற்றனர் என்று சேசு சபையினரின் கடிதமொன்று கூறுகிறது. *(Sathianathaier 1956: 75 –76)* கி.பி. 1660இல் தஞ்சையில் உள்ள மக்கள் பஞ்சத்தில் வாடினர். சிறு உணவுத் துண்டுக்காக தங்களை அடிமைகளாக விற்றுக்கொண்டனர். பத்து ஷில்லிங் ஓர் அடிமையின் விலையானது. ஐயாயிரம் பேர் நாகப்பட்டினத்திலிருந்து யாழ்ப்பாணத்திற்கு அனுப்பப்பட்டனர். இன்னும் பல்லாயிரம் பேர் பாட்வியாவுக்கு *(Batavia)* அனுப்பப்பட்டனர். (மேலது 66).

சேசு சபையைச் சேர்ந்த புரோயன்சா பாதிரியார் டச் நாட்டினரின் அடிமைவாணிபத்தைப் பதிவு செய்துள்ளதுடன் "தமிழர்களின் துன்பத்தினைப் பேரம்பேசுவது அவமானகரமானது. டச்சுக்கார்ர்களுக்கு நிரந்தர அவமானகரமானது." என்று கண்டித்துமுள்ளார் (ஜெயசீலஸ்டீபன் 2018:155).

டச்நாட்டு வணிகர்களால் நாகபட்டினத்தில் இருந்து அனுப்பப்பட்ட அடிமைகளின் ஆற்றல் குறித்து பெட்ரோ சிந்திரினியோ என்ற சேசு சபைத் துறவி "ஆண் அடிமைகள்

திறமையானவர்களாகவும் நல்ல வேலையாட்களாகவும் இருந்தனர் . . . பெண் அடிமைகள் நல்ல தையற்காரிகளாகவும் சமையல்காரிகளாகவும் நன்கு வேலை செய்பவர்களாகவும் இருந்தனர்" என்று மதிப்பீடு செய்துள்ளார் (மேலது).

ஆட்கடத்தலின் வாயிலாகவும் அடிமைவாணிபம் நிகழ்ந்துள்ளது. இவ்வுண்மையை அறிக்கை ஒன்றில் இடம் பெற்றுள்ள ஒரு துயரச்செய்தியின் வாயிலாக அறியமுடிகிறது. திருமணமாகி குழந்தை ஒன்றுக்குத் தந்தையுமான மதுரைவாசி ஒருவன் வேலைதேடி நாகபட்டினத்திற்கு வந்தபோது அவனும் அவனது குடும்பமும் அடிமைகளாக விற்கப்பட்ட அவலம் இந்த அறிக்கையில் இடம் பெற்றுள்ளது. இதில் பாதிரியார் ஒருவரின் செயல் அதிர்ச்சியளிப்பதாக உள்ளது (மேலது:155–156).

சாதி மத வேறுபாடுகளைக் கடந்து அடிமை வாணிபம் நிகழந்தமைக்கான சான்றுகள் இந் நூலில் இடம்பெற்றுள்ளன. தொடரச்சியாக நிகழ்ந்த வறட்சி பஞ்சம் எனபன அடிமை வாணிபம் தழைக்கத் துணைநின்றுள்ளமையையும் இந் நூலில் எடுத்துக்காட்டியுள்ளார்.

கொழும்பு நகரில் டச் நாட்டினர் தொழிற்கூடங்கள் அமைத்துச் செயல்பட்டபோது அவற்றில் பணிபுரிய அடிமைகளை அமர்த்தியிருந்தனர். 1681இல் கொழும்பு நகரில் இருந்த டச் நாட்டுத் தொழிற்சாலையில் 1993 தமிழ் அடிமைகள் பணிபுரிந்துள்ளனர். 1685, 1688,1694, 1697, 1704 ஆகிய ஆண்டுகளில் கொழும்பு நகரில் செயல்பட்டுவந்த டச்நாட்டுத் தொழிற் கூடங்களில் பணியாற்றிய தமிழ் அடிமைகளின் எண்ணிக்கை டச் ஆவணங்களில் இடம் பெற்றுள்ளது. கொழும்பு நகருக்கு அடிமைகளை ஏற்றுமதி செய்யும் முக்கிய துறைமுக நகரமாக தூத்துக்குடி இருந்துள்ளது. அடிமை வாணிபத்தில் இடைத்தரகர்களின் பங்களிப்பு மிகுந்திருந்தது. தூத்துக்குடியைச் சுற்றியுள்ள உள்நாட்டுப் பகுதிகளில் இருந்தும் டச்நாட்டவரின் கட்டுப்பாட்டில் இருந்தும் அடிமைகள் விலைக்குவாங்கப்பட்டுள்ளனர். பஞ்சகாலத்தில் அடிமைகளை எளிதாகப்பெறமுடியும் என்று டச் ஆவணங்கள் குறிப்பிடுகின்றன *(JeyaseelaStephen2021:87-88)*.

தூத்துக்குடி மட்டுமின்றி, நாகபட்டினம், தரங்கம்பாடி, பரங்கிப்பேட்டை, கடலூர், பழவேற்காடு ஆகிய துறைமுகங்கள் வழியாகவும் அடிமை வாணிபம் நிகழ்ந்துள்ளது (மேலது:120–121, 212–213, 55–56, 249–250, 179–182).

தஞ்சை, செஞ்சி, நாயக்க மன்னர்கள் அடிமை வாணிபத்தை ஆதரிக்கவில்லை. ஆயினும் டச் நாட்டினர் இதைப் பொருட் படுத்தாது அடிமைவாணிபத்தில் தொடர்ச்சியாக ஈடுபட்டு

வந்தனர். செஞ்சியை ஆண்டுவந்த கிருஷ்ணப்பநாயக்கர் அடிமைவாணிபத்தை ஆதரிக்கவில்லை. அவரிடம் அனுமதி பெற 1643இல் பிலிப் பால்தூஸ் என்ற பிராட்டஸ்டண்ட் மதக்குருவைத் தூதுவராக டச் வணிகநிறுவனம் அனுப்பியது (மேலது:249). இவ்வாறு தமிழ்மக்களைக் காலனியவாதிகள் ஏற்றுமதிப் பொருளாக்கினார்கள்.

இவ்வாறு பல்லாயிரக்கணக்கான மக்கள் தங்களை அறியாமலும், பஞ்சத்தின் நிர்ப்பந்தத்தாலும் அடிமைகளாக மாறி, கண் காணாத நாடுகளுக்குச் சென்றனர்.

கி.பி.1500 தொடங்கி 1800 வரையிலான காலத்தை, "காலனியத் தொடக்கக் காலம்" என்று ஜெயசீல ஸ்டீபன் (2018) பகுத்துக்கொண்டுள்ளார். அவர் குறிப்பிடும் காலனியத் தொடக்கக் காலத்தில் போர்ச்சுக்கீசியர், டச் நாட்டினர், டேனிஷியர் ஆகியோர் தமிழகத்தின் சோழமண்டலக் கடற்கரைப் பகுதியிலும், முத்துக்குளித்துறைக் கடற்கரைப் பகுதியிலும் வாணிப நடவடிக்கைகளில் ஈடுபட்டுவந்ததுடன் அரசியல் ஆதிக்கம் செலுத்தியும் வந்தனர் .

இவர்களது வாணிபத்தின் ஒரு பகுதியாக அடிமை வாணிபம் இடம் பெற்றிருந்தது. நாம் பெரும்பாலும் ஆங்கிலமொழியில் எழுதப்பட்ட ஆவணங்களையும் ஓரளவுக்குப் பிரெஞ்சுமொழி ஆவணங்களையும் மட்டுமே நம் வரலாற்று ஆவணங்களாகப் பயன்படுத்தி வந்தமையால் தொடக்ககாலக் காலனியவாதிகளின் மொழிகளான, போர்ச்சுக்கீஸ், டச், டேனிஷ் மொழிகளில் எழுதப்பட்ட ஆவணங்களை அவ்வளவாக அறியாதவர்களாகவே இருந்து வந்தோம். நம் கால வரலாற்றறிஞர்களான சஞ்சய் சுப்பிரமணியன், ஜெயசீல ஸ்டீபன் ஆகியோர் இம்மொழிகள் சிலவற்றைக் கற்று இம்மொழி ஆவணங்களின் துணையுடன் இதுவரை நாம் அறிந்திராத பல வரலாற்றுண்மைகளை வெளிப்படுத்தி வருகின்றனர்.

இவ்வகையில் தமிழ்நாட்டில் இக் காலனியவாதிகளின் கட்டுப்பாட்டில் இருந்த பகுதிகளில் நிலவிய அடிமைமுறை குறித்தும், ஏற்றுமதிப் பொருளாக அடிமைகள் என்ற பெயரில் சிறார், ஆண், பெண் ஆகியோரைக் கப்பல்களில் அயல்நாடுகளுக்கு அனுப்பிய கொடுமையையும் இம்மொழி ஆவணங்களின் துணையுடன் வெளிப்படுத்தியுள்ளனர்.

ஜெயசீல ஸ்டீபன் தமது நூலில்(2018:150–173, 180–199), பழவேற்காடு, தேவனாம்பட்டினம், பரங்கிப்பேட்டை தரங்கம்பாடி, நாகபட்டினம், தூத்துக்குடி, துறைமுகங்களின் வாயிலாக நிகழ்ந்த அடிமைவாணிபம் குறித்த விரிவான

செய்திகளை எழுதியுள்ளார். புதுச்சேரியில் ஏல முறையில் அடிமைகள் விற்கப்பட்டதையும், பத்திரப்பதிவு மூலம் ஏலம் உறுதிப்படுத்தப்பட்டதையும், அடிமை ஏற்றுமதிக்கு வரி விதிக்கப்பட்டதையும் பிரஞ்சு மொழி ஆவணங்களின் துணையுடன் விரிவுபட எழுதியுள்ளார்.

சீர்திருத்தக் கிறித்தவ சபை ஒன்றினைத் தரங்கம்பாடியில் நிறுவும் முயற்சியில் சீகன்பால்க் என்ற ஜெர்மானிய நாட்டின் மதக்குரு 18 ஆவது நூற்றாண்டில் ஈடுபட்டார். உள்ளூர் மக்களை மதமாற்றம் செய்வதில் அவரால் தொடக்கத்தில் வெற்றி பெற இயலவில்லை. எனவே கி.பி1715 வாக்கில் தரங்கம்பாடியில் இருந்த அடிமைகள் சிலரை விலைக்கு வாங்கி அவர்களைக் கிறித்தவர்களாக்கியுள்ளார். இது தொடர்பாக ஜெர்மனிக்கு எழுதிய கடிதம் ஒன்றில் "ஏதோ ஒருகாரணத்திற்காகத் தம் குழந்தைகளை அடிமைகளாக விற்கிறார்கள். அக் குழந்தைகளைச் சிறிதளவு பணம் கொடுத்து வாங்கி, தேவாலயத்திற்கு உரியதாக்குவதில் தவறில்லை" என்று குறிப்பிட்டுள்ளார். குழந்தைகளை அவர்களின் பெற்றோர்களே அடிமைகளாக விற்கும் நடைமுறை தரங்கம்பாடியில் இருந்துள்ளதை இக் கடிதம் வெளிப்படுத்துகின்றது. இக் காலத்தில் டேனிசியரின் ஆளுகையில் தரங்கம்பாடி இருந்துள்ளது (சிவசுப்பிரமணியன். ஆ 2015:18–20).

சேதுபதிகளின் ஆட்சியில்

மதுரை நாயக்கர்கள் ஆட்சியில் அவர்களது ஆளுகைக்கு உட்பட்ட பகுதிகள் 'சீமை' என்ற பெயரில் பெரும் பிரிவுகளாக பிரிக்கப்பட்டிருந்தன. இச்சீமைகளுள் ஒன்று மறவர் சீமையாகும். இன்றைய இராமநாதபுரம், புதுக்கோட்டை மாவட்டங்களையும் திருச்சி, மதுரை, விருதுநகர், திருநெல்வேலி மாவட்டங்களின் சில பகுதிகளையும் உள்ளடக்கிய நிலப்பகுதியே மறவர் சீமை எனப்பட்டது. பதினாறாவது நூற்றாண்டில் மறவர் சீமைக்குள் அடங்கிய கடற்கரைப் பகுதிகள் போர்ச்சுக்கீசியரின் ஆளுகையில் வந்தன. இதனால் மதுரை நாயக்கர் அரசின் பொருளாதார நலன் பாதிக்கப்பட்டது. மறவர் சீமையில் வலுவான ஆட்சி அதிகாரம் செலுத்தும் திறன் கொண்டவர்யாரும் இல்லை. இதனால் புண்ணியத் தலமான இராமேஸ்வரம் செல்லும் பயணிகள், கொள்ளைக் கூட்டத்தினரால் துன்புறுத்தப்பட்டனர். இவற்றைத் தடுக்கும் வழிமுறையாக முத்துக்கிருஷ்ணப்பநாயக்கன் (1601–1609) என்ற மதுரை நாயக்க மன்னன், சேதுபதி ஆட்சி மரபைச் சேர்ந்த, செம்பி நாட்டு மறவரான சடையக்க தேவன் உடையான் என்பவனை மறவர் சீமைக்கு கி.பி. 1605இல் அனுப்பி வைத்தான். இராமநாதபுரத்துக்கு வடமேற்கே போகலூரில்

கோட்டை கட்டிக்கொண்டு தன் ஆதிக்கத்தைச் சடையக்கத்தேவர் நிலைநாட்டத் தொடங்கிய பின்னரே மறவர் சீமையில் நாயக்கர் மன்னனின் அதிகாரம் செல்லுபடியாயிற்று.[4]

இதைப் பாராட்டும் வகையில் நாயக்க அரசின் பிரதிநிதியாகவும் பாளையகாரர்களின் தலைவராகவும் சடையக்க தேவர் நியமிக்கப்பட்டார்.[5] சடையக்க தேவரிலிருந்தே சேதுபதி அரசர் மரபு மறவர் சீமையில் தொடங்கியது (இராமசாமி அ *1990: 93–95*). முத்துராமலிங்க சேதுபதி *(1782–1795)* ஆட்சிக் காலத்தில் கிழக்கிந்தியக் கம்பெனியால் சேதுபதி மரபின் ஆட்சி இராமநாதபுரம் ஜமீனாகக் குறுக்கப்பட்டது. இச்சேதுபதி மன்னர்கள் காலத்தில் வெளியான செப்பேடுகளில் அக்காலத்தில் நிலவிய அடிமை முறை குறித்த செய்திகள் இடம் பெற்றுள்ளன.

அறந்தாங்கி தொண்டைமான் அரச மரபைச் சேர்ந்த பொன்னம் பல நாத தொண்டைமான் *(1508–1569)* என்பவர் கீழ்க்கரத்தூர் என்னும் ஊரை விலைக்கு வாங்கி அதைத் திருப்பெருந்துறைக் கோவிலுக்கு *12–10–152*இல் தானமாக வழங்கியுள்ளார். இத்தானத்தில் 'வலையடிமை', 'பறையடிமை' ஆகியோரும் இடம்பெற்றுள்ளதாகச் செப்பேடு ஒன்று குறிப்பிடுகிறது (இராசு, *2004: 149*).

இரகுநாத தேவர் என்ற திருமலை சேதுபதி *(1647–1672)* பார்த்திபனூருக்குத் தெற்கிலிருள்ள பெருங்கரை (ரகுநாத சமுத்திரம்) என்ற ஊரிலுள்ள அட்டாலை செக்கநாதசுவாமி கோவிலுக்கும் தெய்வராயன் என்பவர் கட்டி வைத்த மடத்திற்கும் *19.01.1671*இல் கொத்தங்குளம் என்ற ஊரைத் தானமாக வழங்கியுள்ளார். இத்தானத்தைக் குறிப்பிடும் செப்பேட்டில் பள்ளர், பறையர் சமூகத்தைச் சேர்ந்தவர்களை, இருபகுதிகளாகப் பிரித்து மேற்படி கோவிலுக்கும் மடத்துக்கும் தானமாக வழங்கிய செய்தி இடம் பெற்றுள்ளது (இராசு *1994; 116,117*).

இரண்டாம் ரகுநாத சேதுபதி என்ற கிழவன் சேதுபதியின் *(1674–1710)* இரண்டாவது மனைவியான காதலிநாச்சியார் இராமேஸ் வரம் கோவிலுக்கு மேலச்சித்தி என்ற கிராமத்தைத் தானமாக வழங்கியுள்ளார்.[6] இதைக் குறிப்பிடும் செப்பேட்டில் 'பள்ளுப் பறை சகலமும் சர்வ மானியாக' (மானியமாக) என்ற தொடர் இடம் பெற்றுள்ளது.

திருவுடைத் தேவர் என்ற விசைய ரகுநாத சேதுபதியின் *(171–1725)* தமையன் முத்துவைரநாத தேவர், சர்க்கரைப் புலவர் என்பவருக்குக் கோட்டக்குடி, கொந்தாளன் வயல் என்ற இரு ஊர்களைக் கொடையாக வழங்கியுள்ளார். முத்துராமலிங்க விசைய ராகுநாத சேதுபதி காத்த தேவர் *(1763–1772, 1782–1795)*

என்ற சேதுபதி மன்னர் பிரதானி தாமோதரப் பிள்ளையின் சார்பில் இராமேஸ்வரம் பர்வதவர்த்தனி அம்மன் கோவிலுக்கு நிலமழகியமங்கலம் என்ற கிராமத்தைக் கொடையாக வழங்கியுள்ளார். இவ்விரு கொடைகளையும் குறிப்பிடும் செப்பேடுகளில் பள்ளர் பறையர் சமூகத்தினர், கொடையாக வழங்கப்பட்டுள்ளதாகக் குறிப்பிடப்பட்டுள்ளது.

நிலத்துடன் ஒடுக்கப்பட்ட மக்களும் தானமாக வழங்கப்பட்டதை. 17, 18ஆம் நூற்றாண்டுகளைச் சேர்ந்த இச்செப்பேடுகள் குறிப்பிடுகின்றன.[7] முதல் ராசேந்திரனின் கரந்தைச் செப்பேடு 'தீண்டா சேரி' என்ற ஒரு குடியிருப்பைச் சுட்டுகிறது (ஏடு 7 வரி 6–7), இராமநாதபுரம் வட்டம் உத்திரகோச மங்கையிலுள்ள வீரபாண்டியனின் இரண்டாம் ஆட்சி ஆண்டு (கி.பி. 1433) கல்வெட்டு ஒன்று இவ்வூரில் புறஞ்சேரியில் தீண்டா அடிமையுள்ளதும்', 'தீண்டா அடிமை மற்றும் எப்பேற்பட்டனவும் . . . சர்வ மானியமாக' என்று குறிப்பிடுகிறது (சாந்தலிங்கம் 2000: 71–72), இவற்றின் தொடர்ச்சியாகவே இச்செப்பேட்டுச் செய்திகளைக் காணவேண்டும். நிலத்தைத் தானமாகப் பெறும் உழுவித் துண்போர்களுக்காக உழைத்து மாய ஒடுக்கப்பட்ட மக்களையும் நிலத்துடன் கொடையாக வழங்கியுள்ளனர் என்பது தெளிவு.

1.11.1742இல் முத்துக்குமார விசயரகுநாத சேதுபதி ஏர்வாடி பள்ளி வாசலுக்குப் பெரிய மாய குளம் என்ற கிராமத்தைக் கொடையாக வழங்கியுள்ளார். இக்கொடை, செப்பேட்டில் பொறிக்கப்பட்டுள்ளது. வழக்கமாகக் கொடையைக் குறிக்கும் செப்பேடு மற்றும் கல்வெட்டில் இடம்பெறும் "ஓம்படைக்கிளவி" (காப்புரை)போல் அல்லாமல் சற்று வேறுபாடாக இச்செப்பேட்டின் காப்புரை அமைந்துள்ளது. சேதுபதி வழங்கிய இக்கொடையைப் பரிபாலிக்கும் இஸ்லாமியர்கள், "கோடிக்கணக்கான அடிமைகளை விடுவித்த புண்ணியத்துக்கு ஆளாவார்கள்" என்ற பொருளில்,

> "இந்த தர்மத்துக்கு
> யாதாமொரு யிசிலாமானவர்களில் பரிபாலனம் பண்ணின
> னவர்கள் கோடி அடுமை கொண்டு
> உடுமைக்கு* விட்ட பலனும்" (கமால் 1992: 476)

என்ற காப்புரை வாசகம் இடம் பெற்றுள்ளது. இப்பட்டயத்தை பதிப்பித்துள்ள கமால் (1992: 478–479)

> "அரபுத்தாயத்தில் இசுலாமிய பிரச்சாரத்தைத் தொடங்கிய பொழுது முகம்மது நபி (ஸல்) அவர்கள் தமது பணிகளில் ஒன்றாக அடிமைகளை, அவர்களுக்குரிய

* உடுமைக்கு – உரிமைக்கு

தொகையை அந்த அடிமைகளை வைத்திருப்பவர்களிடம் கொடுத்து வாங்கி அவர்களுக்கு உரிமை விட்டு சுதந்திர மனிதராக வாழும்படி செய்தார்கள். தமது பிரதம சீடர்களான அபுபக்கர் போன்றவர்களையும் அவ்விதமே கொத்தடிமை முறைகளை நீக்குவதற்கு உதவி செய்யுமாறு வலியுறுத்தினார்கள். ஆதலால் இந்தப்பட்டயத்தில் (வரி 65) "கோடி அடிமை உரிமை கொண்டுவிட்ட பலன்" என்ற வாசகம் குறிப்பிடப்பட்டுள்ளது"

என்று விளக்கமளித்துள்ளார், முறித்துவிட்ட சத்தியத்திற்கான குற்றப் பரிகாரங்களில் ஒன்றாக, ஓர் அடிமையை விடுதலை செய்யலாம் என்று குரான் (5:89) குறிப்பிடுகிறது. செய்த கொலைக்குரிய பாவப்பரி காரங்களுள் ஒன்றாகவும் ஓர் அடிமையை விடுதலை செய்வதை குரான் (5:92–93) குறிப்பிடுகிறது.[8]

அரேபியாவில் இருந்த இத்தகைய நடைமுறை இந்திய நாட்டில் இஸ்லாமியர்களால் பின்பற்றப்பட்டதா? என்பது நமக்குத் தெரியவில்லை. மேற்கூறிய காப்புரையில் இடம்பெற்றுள்ள வரி, இறைநூல் சார்ந்த ஒன்றாகக் குறிப்பிடப்பட்டுள்ளதா? அல்லது அரேபிய நடைமுறை தமிழ்நாட்டிலும் இஸ்லாமியர்களால் பின்பற்றப்பட்டுள்ளதை வெளிப்படுத்தி நிற்கிறதா? என்பது மேலும் ஆய்வுக்குரியது.

•

6

தஞ்சை மராத்தியர் ஆட்சியிலும் நாஞ்சில் நாட்டிலும் அடிமைமுறை

சொக்கநாத நாயக்கன் தஞ்சாவூரின் மீது படை யெடுத்து அதன் மன்னன் விஜயராகவ நாயக்கனை 1673இல் வென்றான். செங்கமலதாஸ் என்ற தஞ்சை நாயக்க இளவரசன் தஞ்சை மன்னனாக விரும்பி பிஜப்பூர் சுல்தானின் துணையை நாடினான். அவனும் ஏகோஜி என்ற வெங்காஜியின் தலைமையில் ஒரு படையை அனுப்பினான். அப்படையின் உதவியால் தஞ்சை ஆட்சி செங்கமலதாசுக்குக் கிட்டியது. ஆனால் ஓராண்டு காலமே அவனால் ஆளமுடிந்தது. மராத்தியனான ஏகோஜி அவனை ஒழித்துவிட்டு 1676இல் தஞ்சையில் மன்னனானான். இவ்வாறு நம்பிக்கைத் துரோகத்தின் வாயிலாகத் தமிழகத்தில் மராட்டிய ஆட்சி கால்கொண்டது. ஏகோஜியின் (1676–1684) ஆட்சி தொடங்கி இரண்டாம் சிவாஜி ஆட்சிக் காலம் முடிய (1832–1855) திருச்சிக்குக் கிழக்கே கொள்ளிடத்திற்குத் தெற்கே வரையிலான காவிரி பாயும் நிலப்பகுதி மராத்தியர் ஆட்சியின்கீழ் ஒன்றரை நூற்றாண்டுக் காலம்வரை இருந்தது.

மோடி ஆவணங்கள்

மராத்தி மன்னர் ஆட்சிக்கால வரலாற்றுக்கான முக்கியச் சான்றுகளாக மோடி எழுத்தில் எழுதப்பட்ட

---

* இந்து மதத்தின் பாதுகாவலர் என்று சிலரால் போற்றப்படும் சிவாஜியின் தம்பிதான் (மாற்றாந் தாயின் மகன்) ஏகோஜி என்ற வெங்காஜி.

மோடி ஆவணங்கள் அமைகின்றன, அரண்மனை மற்றும் மராட்டிய மன்னர்களின் அன்றாடச் செயல்பாடுகளை இவை பதிவு செய்துள்ளன. மோடி எழுத்து மற்றும் மோடி ஆவணம் குறித்து பா. சுப்ரமணியன் (1989: v) பின்வருமாறு குறிப்பிடுகிறார்;

> 'மோடணே' என்றால் மராட்டி மொழியில் 'உடைதல்' என்று பொருள். அஃதினின்று 'மோடி' என்ற சொல் வந்திருக்கக் கூடும். மோடி எழுத்து என்பது தேவநாகரி எழுத்தை உடைத்துச் சிதைத்து உருவாக்கியது எனக் கொள்ளலாம். தொடக்க காலத்தில், மராட்டிமொழி பேச்சு வடிவினின்று எழுத்துருக்கொண்டபோது, அதற்கெனத் தனி வரி வடிவம் இல்லையாதலால், முன்னரே வழக்கிலிருந்த சமஸ்கிருத மொழிக்குரிய 'தேவநாகரி' எழுத்தைக் கைக்கொண்டனர். இசுலாமியர் இந்தியாவைக் கைப்பற்றி ஆளத் தொடங்கிய விடத்து, அவர்கள் இருவகை வரிவடிவங்களைத் தங்களுடைய பார்சி மொழிக்குப் பயன்படுத்தினர். 'நாஸ்தலிக்' என்னும் எழுத்துமுறை விரைவாக எழுதுவதற்கும் பயன்படுத்தப்பட்டது. அதனைக் கண்ட ஹேமாட்பந்த் என்ற தேவகிரி யாதவ அரசர்களின் அமைச்சர் மராட்டி மொழிக்கும் ஒருவகைச் சுருக்கெழுத்து முறையை உருவாக்கினார். அவ்வாறு, தேவநாகரி எழுத்தை உடைத்துச் சிதைத்து மாற்று வடிவம் உண்டாக்கிய எழுத்து முறையே 'மோடி' எழுத்தாயிற்று, 'கிகஸ்த' என்ற சொல்லுக்குரிய 'உடைந்து' என்ற பொருளே 'மோடி' என்பதற்கும் உரியதாதலின் இதுவே பொருந்துமெனல் தகும்.
>
> மோடி எழுத்துக்கள் தேவநாகரி வரிவடிவத்தை அடியொற்றியவையாயினும், தேவநாகரியிலுள்ள பல எழுத்துக்கள் குறைக்கப்பட்டுள்ளதோடு குறில், நெடில் வேறுபாடுகளும் இல்லை. இடத்திற்குத் தக்கவாறு அமைத்துப் படித்துக் கொள்வதே முறையாயிற்று. மேலும், எழுதுகோலைக் காகிதத்திலிருந்து எடுக்காமல் தொடர்ச்சியாக வேகமாக எழுத மோடி எழுத்து பயன்படுகிறது. இதனால் சத்திரபதி சிவாஜியின் காலத்திற்கு முன்பிருந்தே வரலாற்றுக் குறிப்புகள், கடிதப் போக்குவரத்து, நாட்குறிப்பு, வரவு செலவுக் கணக்குகள் முதலியன மராட்டி மொழியில் மோடி எழுத்தில் எழுதப்பட்டன. மோடி எழுத்தினைப் படிக்க வல்லோர் மட்டுமே இதனைப் புரிந்துகொள்ளக் கூடுமாகையால் அரசியல் இரகசியங்கள் பிறரறியாமல் காப்பதற்கும் பயன்பட்டது.

தஞ்சை மராட்டியர்கள் அரசு ஆவணங்களை மோடி எழுத்திலேயே பெரும்பாலும் எழுதி வந்தனர். கி.பி. 1676 தொடங்கி 1885 வரை உள்ள காலத்திய மோடி ஆவணங்கள் நமக்குக் கிட்டுகின்றன.

அடிமைகள் குறித்த மோடி ஆவணங்கள்:

அடிமைகளை விற்றல், தானமாக வழங்கல் போன்ற செய்திகளை இதுவரை நாம் பார்த்த அடிமை ஆவணங்கள் வாயிலாக அறிந்துகொண்டோம். மோடி ஆவணங்கள் சற்று மாறுபட்ட அடிமைகளைக் குறிப்பிடுகின்றன, அரண்மனை அதிகாரிகள் வன்முறையின் வாயிலாக அடிமைகளைப் பெற்றமையும், பாலியல் உறவுக்காகச் சிறுமிகளும் கூட அடிமைகளாக்கப்பட்டமையும் மோடி ஆவணங்களில் இடம் பெற்றுள்ளன.

தஞ்சையை ஆண்ட மராத்தியர் மட்டுமன்றி ஆங்கில அதிகாரிகளும் அடிமை வாணிபத்தில் ஈடுபட்டிருந்தனர். பிக்கெட் என்ற வெள்ளை அதிகாரி 16 பெண்களை சென்னை யிலிருந்து தஞ்சாவூருக்கு விற்பனைக்காக அனுப்பியுள்ளான். (வெங்கட்ராமையா 1984; 325)

புதுக்கோட்டையைச் சேர்ந்த சிலம்பாயி என்ற பெண், ஒன்பது வயதான ரெங்காயி என்ற தன் மகளை அழைத்துக் கொண்டு தஞ்சையிலுள்ள விசாலாட்சி என்ற தாசி வீட்டிற்கு வந்தாள். விசாலாட்சி சிலம்பாயிக்கு மூன்றரை ரூபாய்க்கு ஒரு சேலை எடுத்துக் கொடுத்தாள். பின் "ரூபாய் $3\frac{1}{2}$ கொடுத்துவிட்டுப் பிள்ளையை அழைத்துச் செல்லலாம்" என்று கூறிவிட்டாள், பின், ரெங்காயியை தாசி விசாலாட்சியின் வீட்டில் விட்டுவிட்டுச் சிலம்பாயி சென்று விட்டாள். தாசி விசாலாட்சி அப்பெண்ணை நானூறு ரூபாய்க்கு சர்க்காருக்கு விற்றுவிட்டாள். (அ. ஆ. 24)

சிறுமிகளை தஞ்சை மராத்திய அரசாங்கம் விலைக்கு வாங்கியுள்ளது தொடர்பாக வெங்கட்ராமையா தரும் ஆவணச் செய்திகள் வருமாறு:

"சிதம்பரம் பிள்ளை அலிகானா சந்திலிருக்கும் வெள்ளாளர் சுப்புபிள்ளை பெண்சாதியின் பெண் காவேரி – வயது 12 – கிரயம் 10 சக்*".

"அப்புராவ் காடிகே வைப்பாட்டி லெஷ்மியின் பெண் சீதாபாயின் வயது 10 சர்க்காரில் விலைக்கு வாங்கினது"

"நாடகசாலையில் கிருஷ்ணாவின் பெண் செல்லம் வயது 10 சர்க்காரில் கிரயம் சக் 10. எழுதிய வாத்தியாருக்கு 2 பணம்"

"சுப்பராய பிள்ளை பெண்சாதியின் சகோதரி கருப்பாயி வயது – 11 – கிரயம் 35 சக் – எழுத்துக்கூலி 2 பணம்".

* சக் – சக்கரம். மராத்தியர் ஆட்சியில் புழக்கத்திலிருந்த நாணயம். பணம், காசு என்பன இதன் உட்கூறுகள். 9 சக்கரங்கள் பிரிட்டிஷ் ரூபாய் 14க்கு இணையாக இருந்தன.

"இப்ராம் ஸாதான் வளர்த்துவந்த துலுக்கப் பெண் ஹமீன்ஷா வயது – 6 – சர்க்காரிலே கிரயம் சக் 6."

இச்சான்றுகளைத் தந்துவிட்டு "இங்ஙனம் செய்தமை அரண்மனை மாதரசிகளுக்குப் பணிவிடை அல்லது வேலைகள் செய்வதற்காகவேயாம் என்று ஊகித்தறியலாம்." என்று சிறுமிகள் விற்பனைக்கு வெங்கட்ராமையா (1984:327) விளக்கமளிக்கிறார். அவரது விளக்கம் பொருத்தமற்றது. தஞ்சை மராத்திய மன்னர்கள் ஏராளமான மனைவியருடனும், வைப்பாட்டிகளுடனும் வாழ்ந்துள்ளனர். அரண்மனையில் அதிகாரப் பூர்வமான மனைவியரான இராணிகள் மட்டும் வாழ்ந்தனர். வைப்பாட்டிகளுக்கென்று "கல்யாண மஹால்" என்ற பெயரில் ஒரு தனி அரண்மனை திருவையாறில் இருந்தது. இங்கு வாழ்ந்த பெண்கள் "கலியாண மஹால் மகளிர்" என அழைக்கப்பட்டனர். எனவே பருவம் அடைவதற்கு முன்னரே சிறுமிகளை இங்கு வளர்த்துத் தம் பாலியல் வேட்கைக்குப் பயன்படுத்திக்கொள்ளும் நோக்கிலேயே சிறுமிகளை விலைக்கு வாங்கியுள்ளனர். மேலும் பூப்படையாச் சிறுமிகளிடமும் பாலுறவு கொள்ள விழையும் வக்கிரமான பாலுறவு வேட்கையும் இதற்குக் காரணம் என்று கருத இடமுள்ளது.

இரண்டாம் சிவாஜி (1832–1855) இருபது மனைவியரை மணந்திருந்தான். அத்துடன் நாற்பத்தெட்டு வைப்பாட்டிகளையும் வைத்திருந்தான். வைப்பாட்டிகளுக்காகத் தஞ்சையில் ஒரு மாளிகை கட்டி அதற்கு மங்கள விலாசம் எனப் பெயரிட்டிருந்தான். இதனால் இவனது வைப்பாட்டிகள் 'மங்கள விலாச மகளிர், மங்கள வாச மகளிர், ஸ்ரீமன் மங்கள விலாச மகளிர்' என்ற பெயர்களால் அழைக்கப்பட்டனர். அவன் இறந்தபோது நாற்பத்திரண்டு மங்கள விலாச மகளிர் உயிருடன் இருந்தனர் (இராசு .செ 1987:7).

ஏனைய இந்திய மன்னர்களைப் போன்றே இரண்டாம் சிவாஜியும் பெண்களைப் பொறுத்த அளவில் வருணபேதம் பார்த்தவனல்லன். 'மங்கள விலாசம் மாகாலில் மராட்டிய மரபைச் சேர்ந்தவர்கள் மட்டுமல்லாமல் பிராமணர், கவரை நாயுடு, கிறித்தவ பெண்களும், பிற தமிழ்ப் பெண்களும் இருந்தனர்'. என்று செ. இராசு (1987: 8) எழுதியுள்ளார்.

1855இல் இவன் மறைந்த பின்னர் 1858இல் செரி என்ற ஆங்கில ரெசிடெண்ட் தஞ்சை அரண்மனைக்கு வந்து அவனது மனைவியரை (ராணிகளை) சந்தித்துள்ளான்.⁹ அப்போது பதினைந்து மனைவியர் மட்டுமே உயிருடன் இருந்துள்ளனர். அச்சந்திப்பின்போது ராணிகளின் வயது விவரங்களை அவன் கேட்டறிந்துள்ளான். இராணிகளில் வயதில் மூத்தவள் 20 வயதான

சமராயி சாப் என்றும் வயதில் குறைந்தவள் 12 வயதான சுந்தலியா என்ற கமராபாய் என்றும் அவருக்கு விடையளித்துள்ளனர். மங்கள விலாச மகளிரை ரெசிடெண்ட் விசாரிக்காமையால் அவர்கள் வயது குறித்த விவரம் பதிவாகவில்லை. ராணிகளில் ஒருத்தி 12 வயதுச் சிறுமி எனும்போது மங்களவிலாச மகளிரிலும் சிறுமிகள் இருந்திருப்பார்கள் என்ற கருதுவதில் தவறில்லை.

இரண்டாம் சிவாஜியின் ஆட்சிக்காலத்தில் நிகழ்ந்த அடிமைச் சேகரிப்பு தொடர்பாக மோடி ஆவணங்கள் குறிப்பிடும் சில செய்திகள் வருமாறு:

தஞ்சை மராத்திய மன்னர்களின் வைப்பாட்டியர் வாழும் கல்யாண மஹாலுக்காக விலைக்கு வாங்கப்பட்ட பெண்கள் அப்பணிக்குப் பொருந்தி வரா நிலையில், பணம் பெற்றுக்கொண்டு அவர்களை விடுவித்துள்ளனர். "புதிய கல்யாண மகாலுக்கு வாங்கிய பெண்களில் 25 பேர்களை அவரவர்களிடம் இருந்த தஸ்தாவேஜிகளை வாங்கி ஆஸாமிக்கு 3 வாங்கி வெளியே விட்டார்." என்ற மோடி ஆவணம் இதற்குச் சான்றாகும். (வெங்கட்ராமையா 1984: 327).

மக்களைக் காப்பாற்ற வேண்டிய அரசாங்கமே பெண்கள், மற்றும் சிறுமிகளின் விற்பனையில் ஈடுபட்டிருந்த கொடுமை மோடி ஆவணங்கள் சிலவற்றில் இடம் பெற்றுள்ளது. மேலும் தஞ்சை மராத்திய மன்னரை, தன் கட்டுப்பாட்டிற்குள் வைத்திருந்த கிழக்கிந்தியக் கம்பெனி அதிகாரிகளும் இதற்கு உடந்தையாய் இருந்துள்ளனர். இவற்றிற்குச் சான்றாக மோடி ஆவணச் செய்திகள் சிலவற்றையும் குறிப்பிடலாம்.

கும்பகோணம் சபாபதியா பிள்ளை என்பவன் 1831இல் 21ரு பரிசப் பணம் கொடுத்துப் பெரிய நாயன் கொத்தன் என்ற கள்ள சாதியைச் சேர்ந்தவரின் மகளான மீனாட்சி என்ற சிறுமியைத் திருமணம் செய்து கொண்டான். திருமணம் ஆகி இரண்டாண்டுகள் கழித்து வேலை தேடி வேலூருக்குச் சென்றான். அப்போது அவன் மனைவி மீனாட்சிக்கு வயது ஏழு. 1842இல் தன் மனைவியை அழைத்துச் செல்ல திருவையாறுக்கு வந்தான். தன் மாமனாரால் தன் மனைவி அரண்மனைக்கு விற்கப்பட்டுவிட்டாள் என்ற செய்தி அவனுக்குத் தெரிந்தது. ரெசிடெண்டிடம் இதுகுறித்து மனுக்கொடுத்தான். ரெசிடெண்டு இது குறித்துச் சென்னைக்கு மனுச் செய்யும்படி கூறிவிட்டார். அதன்படி 10.08.1842இல் சென்னை கவர்னரிடம் மனுக்கொடுத்தான், அம்மனுவைப் பெற்றுக்கொண்ட கவர்னர் மிக விரைவாகச் செயல்பட்டு 30.08.1842இல் "இது குறித்து ஏதும் செய்வதற்கில்லை" என்று பதில் எழுதிவிட்டார். (அ. ஆ. 22)

திருவையாறு பகுதியிலுள்ள அக்கட்சிப்பட்டியைச் சேர்ந்த மிராசு சிதம்பரம் பிள்ளை என்பவர் பிழைக்க வழியின்றித் தன் இரு மகள்களுடன் தஞ்சாவூருக்கு வந்தார். அவர் வீட்டில் இல்லாதபோது அரண்மனைக்கு அடிமைகளைச் சேகரிப்பதற்காக நியமிக்கப்பட்டிருந்த அதிகாரிகள் அவ்விரு பெண்களையும் பிடித்துச்சென்று அரண்மனையில் அடைத்து விட்டனர். இந்நிகழ்வு குறித்துக் கேட்பதற்காகச் சிதம்பரம் பிள்ளை அரண்மனை அதிகாரிகளைச் சந்தித்தார். அவர்களோ அவரைக் காவலில் வைத்து உணவுக்குச் செல்லவிடாமல் தடுத்தனர். அப்பெண்களை அவரே விற்றதுபோல் உறுதிப் பத்திரம் தயாரித்து கையெழுத்து இடும்படி அவரைக் கட்டாயப்படுத்தினர். அவர் கையெழுத்து இட்டால், அப்பெண்களை விடுவிப்பதாகக் கூறினர். கையெழுத்து இடாவிட்டால் அவரையும் அப்பெண்களையும் இறந்து போகும் வரை காவலில் வைப்போம் என்று கூறி அடித்துத் துன்புறுத்தினர், அடி பொறுக்கமுடியாமல் பயந்துபோய் கிரயச்சீட்டில் கையெழுத்து இட்டுவிட்டுக் காவலில் இருந்து சிதம்பரம்பிள்ளை விடுதலையானார்.

வெளியே வந்தபின் ரெசிடெண்ட்டாக இருந்த கிண்டர்லே என்ற வெள்ளையனிடம் இந்நிகழ்வுகள் குறித்து இருமுறை சிதம்பரம் பிள்ளை வாக்குமூலம் அளித்தார். அத்துடன் சென்னையிலிருந்த கிழக்கிந்திய கம்பெனி அதிகாரிகளுக்கும் மனு எழுதி அனுப்பினார். சிதம்பரம் பிள்ளையின் இருமகள்களையும் விட்டுவிடும்படி ரெசிடெண்ட்டுக்கு சென்னையிலிருந்த வெள்ளை அதிகாரிகள் உத்தரவிட்டனர். ஆனால் ரெசிடெண்ட் அதை நிறைவேற்றாமல் சிதம்பரம் பிள்ளையை வரவழைத்து அடித்து, அவரே தன்மகள்களை விற்றதுபோல் கையெழுத்து வாங்கினான். இந்நிகழ்ச்சி குறித்துக் கடிதம் எழுதி அதைச் சென்னைக்கு அனுப்புவதற்காகச் சிதம்பரம் பிள்ளை அஞ்சல் நிலையம் சென்றார். அவர் அனுப்பும் கடிதத்தை வாங்க வேண்டாமென்று அரண்மனையில் உத்தரவு போட்டுள்ளார்கள் என்றும், அரண்மனை உத்தரவு கொடுத்தால் கடிதத்தை வாங்கிக்கொள்வதாகவும் அஞ்சல் நிலையத்தில் கூறினார்கள். எனவே சபாபதிப் பிள்ளை கும்பகோணம் சென்று சென்னைக்குக் கடிதம் அனுப்பினார். *(அ. ஆ. 23)*

இதன் மீது சென்னை அதிகாரிகள் என்ன முடிவெடுத்தார்கள் என்பது தெரியவில்லை . அரசுக்கு வரிப்பணம் கட்டும் ஒரு நிலக் கிழாரின் நிலையே இப்படி என்றால் சொத்தில்லாத சராசரி குடிமக்களின் நிலை எப்படி இருந்திருக்கும் என்று கூறத் தேவையில்லை.

தஞ்சை மராத்திய மன்னர் இரண்டாம் சிவாஜியின் காலத்திய ஆவணம் (கி.பி. 1845) தாசி ஒருத்தி செய்த பெண் விற்பனையைக் குறிப்பிடுகிறது. (அ. ஆ. 25)

சாமிமலை சன்னதித் தெருவில் தாசி கமலமுத்துவின் மகளான சண்முகம் என்ற தாசி வாழ்ந்து வந்தாள். இவர் வலங்கைமானைச் சேர்ந்த பழனிப்படையாச்சியின் மனைவி லெட்சுமியிடமிருந்து. அவளது மகளான நீலாயதாட்சி என்பவளை, "கிரயசாசனம்" செய்து (விலைக்கு) வாங்கியிருந்தாள். வயதுக்கு வந்திருந்த அப்பெண்ணை வீதிக்கு அழைத்துச்சென்று விற்பனை செய்தாள். தஞ்சை கோட்டைக்குள் வாழ்ந்து வந்த, அங்கு என்ற தாசியின் மகளான பெரிய கோவில் தாசி கண்ணம்மாள் அப்பெண்ணை விலைக்கு வாங்கிக்கொண்டாள். இவ்விற்பனையை "சிரைவிலைக் கிரய சாசன முறி" (அடிமை விற்பனை ஓலைச் சீட்டு) ஆக எழுதியுள்ளனர். பணத்தைப் பெற்றுக்கொண்டதற்கான பற்றுச் சீட்டாகவும் இவ்வோலை அமைந்துள்ளது. பெண்ணை விற்ற தாசி சண்முகம்தான் முதலில் அப்பெண்ணைக் கிரயத்துக்கு வாங்கின சாசனத்தையும் தன்னிடமிருந்து அப்பெண்ணை விலைக்கு வாங்கிய தாசி கண்ணம்மாளிடம் ஒப்படைத்து விட்டாள். (அ. ஆ. 25) இன்று சொத்து விற்பனையின் போது மூலப்பத்திரத்தை யும் வாங்கியவரிடம் ஒப்படைப்பதை ஒத்ததாக இது உள்ளது. விற்பனையான பெண் எதற்குப் பயன்படுத்தப்பட்டிருப்பாள் என்பதை யூகிப்பது கடினமல்ல.

மேலே குறிப்பிட்ட சபாபதி பிள்ளையின் மனைவியும் சிதம்பரம் பிள்ளையின் இரு பெண்களும் அரண்மனைக்கு விற்கப்பட்ட காலமான 1842இல் இரண்டாம் சிவாஜியே தஞ்சை மன்னனாக இருந்துள்ளான் என்பது கவனிக்கத்தக்கது.

மேலும் இத்தகைய வக்கிரமான பாலுணர்வு இந்திய மன்னரிடம் பரவலாகக் காணப்பட்ட ஒன்றுதான். வட இந்தியாவில் மௌக்கர் மன்னர் பரம்பரையைச் சார்ந்த கிருதவர்மன் என்பவன் வர்த்தன மன்னன் மரபைச் சார்ந்த ஹர்ஷவர்தனின் (கி.பி. 606-647) சகோதரி ராஜ்யஸ்ரீ என்பவளை கி.பி. 602இல் மணம் செய்தான். கிருதவர்மனைக் கொலைசெய்த எதிரிகள் அவன் மனைவி ராஜ்யஸ்ரீயை சிறைவைத்திருந்தனர். கி.பி. 606இல் கிருதவர்மனைக் கொலை செய்தவர்களுடன் போரிட்டு வென்று, சிறையிலிருந்து தன் சகோதரியை ஹர்ஷர் மீட்ட போது அவளின் வயது பதின்மூன்றுதான்!

மன்னர்களிடம் மட்டுமன்றிக் குடிமக்களிடமும் குழந்தை மணம் வழக்கிலிருந்தது. குழந்தைகளுக்கெதிரான பாலியல் வன்முறையானது, 'குழந்தை மணம் என்ற பெயரில் இந்தியச்

சமூகத்தில் ஏற்றுக்கொள்ளப்பட்ட ஒன்றாக முன்னர் இருந்துள்ளது. திலகர் தொடங்கி தீரர் சத்தியமூர்த்தி வரை குழந்தை மணத்தைப் பாதுகாப்பதில் முன்னின்றுள்ளனர்.[10]

இந்தியச் சமூகத்தில் இந்துப் பெண்கள் மீதான பாலியல் வன்முறையை இஸ்லாமியர் மட்டுமே நிகழ்த்தி வந்ததாக ஒரு மாயத்தோற்றம் படியவைக்கப்பட்டுள்ளது. இந்து சமயத்தின் பாதுகாவலராகக் கருதப்படும் சிவாஜியின் வழிவந்த தஞ்சை மராத்தியர் ஆட்சிக் காலத்தில் நிகழ்ந்துள்ள மேற்கூறிய நிகழ்வுகள், பாலியல் வல்லுறவு மதம் கடந்தது என்ற உண்மையை எடுத்துரைக்கின்றன.* "நக்குற நாய்க்கு செக்குனுங்கிடையாது, சிவலிங்கம்னும் கிடையாது" என்ற பழமொழிக்கேற்ப தமிழகத்து மராத்திய மன்னர்கள் செயல்பட்டுள்ளனர்.

✦ ✦ ✦

மராத்தியர் ஆட்சியின்போது 1738இல் படையெடுத்த சந்தா சாய்பு மக்களை அடிமைகளாகச் சிறைப் பிடித்துச் சென்றதை 'ஊரைக் கொள்ளையிட்டு சிறைகள் கூட பிடித்துப் போகிறபடியினாலே' என்று ஆனந்தரங்கப் பிள்ளை (1998:47) தமது நாட்குறிப்பில் பதிவு செய்துள்ளார். மக்களை ஏமாற்றி அழைத்து வந்து அவர்களை அடிமையாக பிரெஞ்சு அதிகாரி ஒருவன் விற்று வந்த நிகழ்ச்சியையும் அவர் தமதுநாட்குறிப்பில் விரிவாக எழுதியுள்ளார் (அ. ஆ. 15).

நாஞ்சில் நாட்டு அடிமைமுறை

1956 நவம்பர் முதல்நாளன்று தென் திருவிதாங்கூரில் தமிழ் பேசும் மக்கள் வாழ்ந்த பகுதிகள் தமிழ்நாட்டுடன் இணைக்கப்பட்டு இன்றையக் குமரி மாவட்டம் உருவானது. கல்குளம், விளவங்கோடு, அகஸ்தீஸ்வரம், தோவாளை என்ற நான்கு வருவாய் வட்டங்களைக் கொண்டு இம்மாவட்டம் செயல்படுகிறது.

இவற்றுள் அகஸ்தீஸ்வரம், தோவாளை என்ற இரு வட்டங்களுக்குள் அடங்கும் நிலப்பகுதி நாஞ்சில்நாடு என்று பெயர் பெற்றிருந்தது. ஆய்மன்னர்கள், பாண்டிய மன்னர்கள், வேணாட்டு மன்னர்கள் ஆகியோரால் ஆளப்பட்ட நாஞ்சில்நாடு கி.பி. 18ஆம் நூற்றாண்டில் (1729) திருவிதாங்கூர் மன்னர் ஆட்சியின் கீழ் இருந்தது.

---

* எண்ணெய்ச் செக்கு, எண்ணெய் வடியும் சிவலிங்கம் என்ற வேறுபாடின்றி நாய் இரண்டையும் எண்ணெய் மணத்திற்காக நக்கும்.

நிலவுடைமை முறையும் சாதியப் பாகுபாடுகளும் மிகவும் நெருக்கமாக இருந்த திருவிதாங்கூர் மன்னர் ஆட்சிக் காலத்தில் அடிமை முறையும் பரவலாக வழக்கத்தில் இருந்தது.

18ஆம் நூற்றாண்டில் முதல் கால்ப்பகுதியில் இராம வர்மா என்பவர் திருவனந்தபுரத்தை ஆண்டு வந்தார். 1729இல் அவர் இறந்த போது அவரது சகோதரி மகன் மார்த்தாண்ட வர்மனே ஆட்சிக்கு வர வேண்டும். ஆனால், அவரது இரு மகன்களான பப்புத்தம்பி, இராமன் தம்பி என்ற இருவரும் ஆட்சிக்கு உரிமை கொண்டாடினர். இது திருவனந்தபுரம் ஆட்சி மரபுக்கு மாறானது. ஏனெனில், மருமக்கள் தாயமுறைக்கு இது மாறானது. தன் உரிமையை நிலைநாட்ட பப்புத்தம்பி, இராமன் தம்பி என்ற இருவரையும் அவர்களுக்குத் துணை நின்ற எட்டுவீட்டு பிள்ளைமார் என்ற அமைச்சர்களையும் எதிர்த்துப் போரிட்டு வென்றான். பின், அவர்களின் பெண் வாரிசுகளை கி.பி. 1733இல் குமரி மாவட்டத்தின் முட்டம் கடற்கரையில் ஏலம் விட்டான். குமரி மாவட்ட மீனவர்கள் இப்பெண்களை ஏலத்தில் எடுத்துக்கொண்டதாக வாய்மொழிச் செய்திகள் உண்டு. "ஓட்டன் கதை" என்ற கதைப் பாடல் பின்வருமாறு குறிப்பிடுகிறது (சர்வேஸ்வரன் 1982, 29–30)

போகுதுபார் அணிவகுத்த பெரும்படைகள் அனந்தை நகர்
நோக்கியல்லோ
ஓடி ஒழித்த நீசர்களை தேடி பிடித்து கொன்று கொண்டு
அவர் பெண்டுகளை புனையலாக்கி
போகுதுபார் வீறுகொண்ட பெரும்படைகள் அனந்தபுரம்
நோக்கியல்லோ

படைகள் திருவனந்தை போனவுடன் கூடிவிட்ட கும்பல்
கோடி கோடியாம்
அந்த பெருங்கூட்டத்திலே கொண்டு வந்த பெண்டுகளை
போடுகிறார் ஏலமல்லோ
கச்சை முறியுடுத்த பெண்டுகள் நூறு நூறு கண்ணாடி
முண்டுடுத்த குதம்பயர் நூறு நூறு
முக்குவரும் புலையரும் போட்டு போட்டு ஏலம்
எடுத்தார்களே

"எட்டுக்கோட்டைத் தம்பிரான் கதை" என்ற தலைப்பிலான, அச்சிடப்படாத கதைப்பாடல் சுவடி ஒன்றிலும் இதே நிகழ்வு

கச்சைமுறி உடுத்த பெண்டுகளை
கண்ணாடி முண்டுடுத்தப்* பெண்டுகளை
முக்குவர்** தன்னே போட்டியிட்டு
ஏலம் எடுத்தார் நூறுநூறு

---
* மெல்லிய சேலை
** கடல்தொழில் மேற்கொண்ட சாதி

கொச்சு குஞ்சு குறுமான்களை*
ஏலம் எடுத்தார் நூறு நூறு.

என்று குறிப்பிடப்பட்டுள்ளது *(Perumal.A.K.2003)*. இந்நிகழ்வைப் பின்புலமாகக் கொண்டு அம்மன்புரம் என்ற குறுநாவலை ஜெயமோகன் எழுதியுள்ளார்.

கி.பி. பதினைந்தாம் நூற்றாண்டு ஓலை ஒன்று ஆண், பெண் அடிமைகளைச் சிதனமாகக் கொடுத்ததைக் குறிப்பிடுகிறது (அ.ஆ.7) சீதனப் பிரமாணம் என்று இவ்வோலையில் குறிப்பிடப் பட்டுள்ளது.

கி.பி. 1793இல் அணஞ்சபெருமாள் என்பவன், தான் ஆண்டனுபவித்து வருகிற சிவனி என்ற பறையர் சாதி அடிமையையும் அவளது கணவன் திருமாடன் என்பவனையும் விலைக்கு விற்றுள்ளான். இவ்விற்பனையைக் குறிப்பிடும் ஓலை 'பறையடிமை விலையோலை காணம்' என்று பெயர்பெற்றுள்ளது. (அ. ஆ. 18)

'புறஞ்சேரியில் கிடக்கும்' என்ற சொல்லால் அடிமைகளின் இருப்பு சுட்டப்படுகிறது. இருக்கும் அல்லது வசிக்கும் என்ற சொல்லுக்கு பதிலாகக் கிடக்கும் என்ற சொல் பயன்படுத்தப் பட்டுள்ளது என்பது கவனிக்கத்தக்கது. விஜயநகரப் பேரரசுக் காலத்திய அடிமை விற்பனையைப் போல (அ. ஆ. 19, 20, 21) இங்கும், 'கொள்வாருளரோ', 'கொள்வாருளரோ' என்று கூவி விற்கப்பட்டுள்ளனர். (அ. ஆ. 11). நடுவர்களின் முன்பாக விலையும் உறுதி செய்யப்பட்டுள்ளது. அடிமைகளை விற்பனை செய்யும்பொழுது அடிமையின் உரிமையாளர் நீர்வார்த்துக் கொடுக்கும் பழக்கமும் இருந்து வந்துள்ளது. (அ. ஆ. 18)

ஆங்கிலக் கிழக்கிந்திய கம்பெனி 1795இல் திருவாங்கூர் மன்னனிடம் உடன்படிக்கை செய்துகொண்டது. இதன்படி மன்னனுக்கு ராணுவ உதவி வழங்கி அதற்கு மாறாக ஆண்டுதோறும் ஒரு குறிப்பிட்ட தொகையைப் பெற்றுக்கொண்டது. இதன் தொடர்ச்சியாக கி.பி. 1800இல் பிரிட்டிஷ் ரெசிடெண்ட் ஒருவர் திருவாங்கூருக்கு அனுப்பப்பட்டார். அவருடைய வழிகாட்டுதலின் அடிப்படையிலேயே மன்னர் ஆட்சி நடக்கத் தொடங்கியது. இதே காலகட்டத்தில் சீர்திருத்தக் கிறிஸ்தவம் திருவிதாங்கூர்ப் பகுதியில் பரவத் தொடங்கியது.

அடிமை விற்பனை ஓலைகள் அடிமை விற்பனையை மட்டுமே குறிப்பிட, சீர்திருத்தக் கிறிஸ்தவ மிஷனரிகள் சிலர் எழுதிய குறிப்புகள் அடிமைகளின் மீது நிகழ்த்தப்பட்ட கொடுமைகளைப் பதிவு செய்துள்ளன.

---

* சிறார்கள்

திட்டுவிளை மிஷன் மாவட்டம் குறித்து 1881ஆம் ஆண்டு வெளியான திருவாங்கூர் மறைமாவட்டக் குழுவின் அறிக்கையில் மாடத்தி என்ற பெண்ணடிமையின் கொடூரமான மரணம் பதிவாகியுள்ளது. தோவாளை அருகிலுள்ள தாழக்குடி கிராமத்தில் மாடத்தி என்ற நிறைமாதக் கர்ப்பிணி, பட்டினியாலும் உடல் நலமில்லாமையாலும் வேலைக்குச் செல்லவில்லை. அவளின் உரிமையாளரான நிலவுடைமையாளன் அவளை இழுத்துவரச் செய்து எருமை மாட்டுக்கிணையாகக் கலப்பையில் பூட்டி, சேற்று வயலில் உழும்படிச் செய்தான். ஏரோட்டுபவன் தார் கம்பியினால் எருமை மாட்டை விரட்ட அது வேகமாக இழுக்கத் தொடங்கியது. மாடத்தியால் அதன் வேகத்திற்கு ஈடுகொடுக்க முடியவில்லை.

எனவே அவளும் தார்க்குச்சியினால் குத்தப்பட்டு வலியுடன் கலப்பையை இழுத்து, சோர்ந்துபோய் கலப்பையில் பூட்டிய நிலைமையிலேயே இறந்துபோனாள் (ஜாய் ஞானதாசன் 1998: 39).

அடிமைகளின் உயிர் எவ்வளவு அற்பமாக கருதப்பட்டது என்பதற்கு, திட்டுவிளை மறைமாவட்டத்தின் 1866ஆம் ஆண்டுக்கான அறிக்கையில் இடம்பெற்றுள்ள பின்வரும் செய்தி சான்றாகும்.

> எப்பொழுதாவது ஒரு குளத்தில் அல்லது ஆற்றில் கரை உடைந்துவிட்டால் அதற்குத் தெய்வத்தின் அல்லது பிசாசின் கோபமே காரணம் எனக் கருதி, அவற்றின் கோபத்தைத் தணிக்க ஓர் அடிமையை அந்த உடைப்பில் தள்ளி, அவர் மேல் மண்ணைப் போட்டு மூடி அவரைப் பலி கொடுத்து விடுவார்கள், இது கடவுள்களைத் திருப்திப்படுத்த மேற்கொள்ளப்படும் செய்கையாகும். இந்தப் பயங்கரமான பழக்கம் அவ்வளவு பரவலாக இருந்ததன் விளைவாக அது ஒரு பொதுவான பழமொழிக்கே வழிவகுத்தது. "இவன் என்னத்துக்கு ஆவான்? ஓடைப்பிலே போட்டு மண்ணை சுமக்கவா?" என்று கூறுவர். அதாவது இவன் உடைப்பில் உயிருடன் போட்டுப் புதைப்பதற்கன்றி வேறெதற்கும் லாயக்கில்லை என்பதாகும் (மேலது).

•

7

தேவரடியார்களும் அடிமைமுறையும்

பிற்காலச் சோழர் காலத்தில் மிகப் பரவலாக வளர்ந்த மற்றொரு அமைப்பு தேவரடியார் முறையாகும். இத்தேவரடியார் நிறுவனம் தனியாக ஆராயப்பட வேண்டிய ஒன்றாகும். சொத்துக்களை வாங்க – விற்க – தானமாக வழங்க திருமணம் செய்து கொள்ள தேவரடியார் உரிமையுடையவர்கள் என்பதனைச் சில கல்வெட்டுக்கள் உணர்த்துகின்றன. இதன் அடிப்படையில் இவர்கள் சுயேச்சையான தன்மையுடையவர்கள் என்று கூறலாம். ஆயினும் மற்றவர்களால் விற்கப்பட்டு அல்லது தானமாகக் கொடுக்கப்பட்டு, பெண்கள் சிலர் தேவரடியாராக மாறிய நிகழச்சிகளைச் சில கல்வெட்டுக்கள் குறிப்பிடு கின்றன. தேவரடியார் முறையில் பல படிநிலைகள் இருந்துள்ளமையால் அவர்களைக் குறிப்பிடும் கல்வெட்டுக்களில் முரண்பட்ட செய்திகள் இடம் பெற்றுள்ளன.

கி.பி. 119இல் பெரும்பாணப்பாடி நாட்டுப் பாணபுரத்து கணபதி நம்பியாகிய அழகிய பாண்டியப்பல்லவரயன் என்பவன் திருவல்லங் கோவிலுக்குத் தானமாகத் தேவரடியார் சிலரை அளித்துள்ளான்.

கி.பி. 1098 – 09இல் அமுதன் பள்ளிகொண்டான், அமுதன் வேளான், அமுதன் உய்யவந்தான் என்ற வேளாளர் மூவரும் தென்னார்க்காடு மாவட்டம், திருவக்கரை ஊரிலுள்ள சந்திரமௌலீசுவரர்

கோவிலுக்கு அங்காடி என்பவளையும் அவள் மகள் பெரங்காடியை யும் அவள் மக்களையும் தேவரடியாராகத் தானமளித்துள்ளனர். இதனை,

> "எங்களடியாள் அங்காடியும் இவள்
> மகள் பெரங்காடியும், இவள்
> மக்களும் திருவக்கரையுடைய
> மாதேவற்கு தேவரடியாராக
> நீர் வார்த்துக் குடுத்தோம்"[11]

என்று கல்வெட்டு குறிப்பிடுகின்றது.

கி.பி. 117.5இல் திருவாலங்காட்டுக் கோவிலுக்கு நான்கு பெண்கள் எழுநூறு காசுகளுக்குத் தேவரடியாக விற்கப்பட்டனர். *(ARE 1913 P 78. No. 80)*

தேவரடியார் மீதான சித்ரவதை

அரதத்தர் என்பவர் சோழ நாட்டிலுள்ள காஞ்சிபுரத்தில் பிறந்து திருவாவடு துறைக்கு அருகில் உள்ள கஞ்சனூரில் வாழ்ந்தவர். பிறவி வைணவரான இவர், சைவ சமயத்தைத் தழுவி வடமொழியில் சைவ சமய நூல்கள் சிலவற்றை எழுதியுள்ளார். இவரது காலம் கி.பி. 12ஆம் நூற்றாண்டாகும் (பூலோக சிங்கம் *1990:58*). இவர் வாழ்வில் நிகழ்ந்த நிகழ்ச்சி ஒன்றை உ.வே. சாமிநாதையர் *(1991: 145–148)* தமது கட்டுரையில் குறிப்பிட்டுள்ளார். தண்டனை என்ற பெயரில் கோவில் அதிகாரிகள் தேவரடியார்களைச் சித்ரவதை செய்யும் வழக்கம் பன்னிரண்டாம் நூற்றாண்டில் இருந்துள்ளதை அவரது கட்டுரையால் அறிய முடிகிறது.

மாலை நேர வழிபாட்டிற்காகத் திருவடைமருதூர் சிவாலயத்திற்கு அரதத்தர் ஒரு நாள் வந்தார். அப்போது அவர் கண்ட காட்சியை உ.வே.சா. *(1991:146)* பின்வருமாறு வர்ணித்துள்ளார்.

> ஆலயத்தினுள் நுழையும்போது ஒரு பெண்ணின் அழுகுரல் கேட்டது. "இல்லை; இனிமேல் இல்லை" என்று அவள் சொல்லிச் சொல்லி அழுதாள். அவர் எங்கிருந்து அவ்வொலி வருகிறதென்று கவனிக்கும்போது ஆலய வாசலின் ஒரு பக்கத்தில் அந்த – ஆலயத்தைச் சேர்ந்த ருத்திர கணிகையர் சிலரை ஆலய மணியக்காரர் தண்டித்துக் கொண்டிருந்தார். முதலில் ஒருத்திக்கு அண்ணாந்தாள்* பூட்டி அவள் முதுகில் கல்லை ஏற்றிக் கையில் பிரம்புடன்

* அண்ணாந்தாள் – தண்டனை என்ற பெயரால் நிகழ்த்தப்படும் ஒரு சித்ரவதை முறை. விளக்கத்திற்கு அடிக்குறிப்பு எண் 11ஐப் பார்க்கவும்.

அவளைப் பயமுறுத்திக் கொண்டிருந்தார். கணிகையோ தண்டனையைத் தாங்க முடியாமல் கதறினாள்.

இக்காட்சியைக் கண்டு மனம் வருந்திய அரதத்தர் அத்தண்டனைக்கான காரணத்தைக் கோயில் அதிகாரியிடம் கேட்டார். அதற்கு அவ்வதிகாரி:

> "இவள் இந்த ஆலய கைங்கரியம் செய்யும் ருத்திர கணிகையர்களில் ஒருத்தி. ஒரு வாரமாக ஆலயத்திற்கு வரவே இல்லை. இடையிடையே இவள் மஹாலிங்கமூர்த்தியின் கைங்கரியம் செய்யாமல் இப்படியே தவறு செய்து வருகிறாள். பலமுறை வார்த்தைகளால் கண்டித்துப் பார்த்தோம். அபராதம் போட்டோம். மீண்டும் மீண்டும் இந்தக் குற்றத்தைச் செய்து வருகிறாள். அதனால் தண்டோபாயந்தான் இவளைத் திருத்துவதற்கு ஏற்றதென்று இவ்வாறு செய்கிறார்கள்" *(மேலது 146).*

என்று விடையளித்தார். இதைக் கேட்ட அரதத்தர் விம்மி அழுதார். அக்கணிகையுடன் அவர் உறவு கொண்டிருக்கலாமென்றும் அதன் பொருட்டே அவர் அழுகிறார் என்றும் கோவில் அதிகாரிகளும் பக்தர்களும் எண்ணினர். தாம் அழுவதற்கான காரணத்தை அரதத்தர் இவ்வாறு விளக்கினார்.

"நீங்கள் அவளைத் தண்டித்தது பற்றி நான் துக்கப்படவில்லை. பரமேசுவரனது கைங்கரியத்தைச் சரியாகச் செய்யவில்லை என்று நம்மையும் தண்டித்து ஈசுவர கைங்கரியத்திலிருந்து மாறாமல் இருக்கும்படி செய்பவர்கள் இல்லையே என்றுதான் துக்கித்தேன். ஸ்ரீ மஹாலிங்க மூர்த்தியின் கைங்கரியமே கண்ணாக இருக்கும் நீங்கள் சிவகணங்களுக்குச் சமானமானவர்கள். உங்கள் கூட்டத்தில் நானும் ஒருவனாக இருந்து கைங்கரியம் செய்வதற்கு இல்லையே என்ற குறை எனக்கு இருக்கிறது." *(மேலது)*

தேவரடியார்களுக்கு உடலை வருத்தும் தண்டனை வழங்கப்படுவதை அருளார் என்று போற்றப்படும் அரதத்தரும் பிற பக்தர்களும் மிக இயல்பாக எடுத்துக் கொண்டனர் என்பதை இச்செய்தி உணர்த்தி நிற்கிறது. இத்தகைய சித்ரவதைகள் அடிக்கடி நிகழ்ந்தமையாலும் சித்ரவதைக்கு ஆளாகும் பெண், ஓர் அடிமை என்பதாலும் இது மக்கள் மனதை உறுத்தவில்லை. எனவேதான் வேடிக்கை நிகழ்வாக இதைக் கண்டு நின்றனர்.

சோழர்காலத்துக்குப் பின்

வறுமையின் காரணமாக, தம்மைத் தேவரடியாராக விற்றுக் கொண்ட சோக நிகழ்வுகளை சோழர் காலத்துக்குப் பிந்திய பதினைந்தாம் நூற்றாண்டுக் கல்வெட்டுக்கள் குறிப்பிடுகின்றன.

மல்லாயி அவளது மகள் உலகுடைநாச்சி என்ற இரு வெளியூர்ப் பெண்கள் பொன்னமராபதி ஊரில் வந்து தங்கி யிருந்தனர். "இரட்சிப்பார் இல்லாமல் நலிந்து" கடன்காரர்களின் தொல்லைக்கும் இவர்கள் ஆளாயினர். இதனைப் பொறுக்க முடியாத நிலையில் ஊரவரையும், பொன்னமராவதியிலுள்ள, அழகப்பெருமாள் விண்ணவர் எம்பெருமான் திருக்கோவில் கருவூல அதிகாரிகளையும் கூட்டி "நாங்கள் எம்பெருமானுக்கு அடிமையாகப் புகுந்தோம்" எங்களைக் காப்பாற்ற வேண்டுமென்று முறையிட்டனர். ஊரவர்களும் கோவில் கருவூல அதிகாரிகளும் இதை ஏற்றுக்கொண்டு இவர்கள் துயரம் தீர்க்கும் வழிமுறையாக, கோவிலடிமையாக ஏற்றுக்கொண்டனர். இவ்வாறு அடிமையாக ஏற்றுக் கொண்டதன் அடையாளமாக அவர்களுக்குக் கோவில் இலட்சினை (சின்னம்) பொறிக்கப்பட்டது (அ. ஆ. 8)

பொன்னமராவதியிலுள்ள மற்றொரு கல்வெட்டு, ஸ்ரீவராககண்டியத்தேவன் என்பவன் மானி என்ற பெண்ணையும் அவளது மகன் இலக்கப்பன், மகள் சந்தனத்தாய் அழகியார், தங்கை மாலையார், தம்பி நயினார் இன்னும் சிலரையும் தேல் அடிமையாக இராசேந்திர சோழிஸ்வரர் கோவிலுக்குக் கொடையாகக் கொடுத்தான். இவர்கள் மீது திரிசூலச் சின்னம் பொறித்து தேவடிமையாக்கினர். தேவடிமை ஆனமைக்காக இவர்களுக்கு, "தேவடிமைக்காணி" என்ற பெயரில் நிலம் வழங்கப்பட்டது. (அ. ஆ. 10)

தேவர்களுக்கு அடியாள் என்ற பொருளில் தேவரடியார் என்ற புனித முலாம் பூசப்பட்ட பெயருக்கு உரியவர்கள், விற்பனையின் வாயிலாகவே இப்பணிக்கு வந்துள்ளனர் என்ற உண்மையை நாம் மறந்துவிடக்கூடாது. விண்ணுலகத்தில் தங்களுக்கு இடத்தை உறுதி செய்துகொள்ள விரும்பியவர்கள் இவ்வுலகில் இவர்களது வாழ்வைப் பறித்துள்ளனர்.

"...இன்னயினார் கோயிலுக்கு விட்ட தேவடியார் பொத்தாயி யான அடைக்கலங்காத்த மாணிக்கத்தாளுக்கு" (I. P. S. 710:3)

என்ற கல்வெட்டு வரியில் இடம்பெற்றுள்ள, 'விட்ட' என்ற சொல் "இட்ட" என்ற சொல்லின் திரிபாகும். "கொடுத்த" என்ற பொருளிலேயே "இட்ட" என்ற சொல் இடம் பெற்றுள்ளது. பிறரால் கோவிலுக்குக் கொடுக்கப்பட்டவர்கள் தேவரடியார்கள் என்பதை இச்சொல் உணர்த்துகிறது. விளக்கு கொடுத்தல், ஆபரணம் கொடுத்தல் என அஃறிணைப் பொருளைப் போலவே தேவரடியார்களைத் தானமாக வழங்கியது குறிப்பிடப்பட்டுள்ளது.

ஒரு கோவிலின் சிறப்புக்களுள் ஒன்றாக, தேவடிமை இருப்பது கருதப்பட்டது. இச்சிறப்பைப் பெறுவதற்காக தேவடிமையாக

வரும் பெண்ணுக்கு நிலமும், குடியிருப்புமனையும், பட்டமும் அளித்துள்ளனர்.

இதற்குச் சான்றாகப் புதுக்கோட்டை மாவட்டம் திருமயம் வட்டத்திலுள்ள ராங்கியம் ஊரில் காணப்படும் கல்வெட்டில் இடம்பெறும் பின்வரும் வரிகளைக் குறிப்பிடலாம்.

இக்கோயிலுக்கு / முன்பு தெவடிமை இல்லாதபடியாலே உடையம்மை / யை தெவடிமை ஆகவும் மெலுண்டாகிற தெவடிமை வகைக்கு இவள் / முதலடைவு ஆகவுங்காத்து திருவந்திக்காப்புங்குடுத் / து* இவளுக்கு நாலுதிக்கும் வென்ற மாணிக்கம் என்று பட்டமுங்கட்டி / இக்கோயில் செவிப்பதாக இன்னாயனார் தெவதான / ம் பாண்டினெரி வயலில் பெரியான்வயக்கல் நிலம் முற்றும் ஏறனெறி / வயலிலே காணி நிலமும் இக்குளங்களில்

இன்னில / விழுக்காடு தண்ணிரும் உடையவர் திருமடைவிளாகத்தில் கொயிலுக்கு / மெல்புறமான தெருவிக்கு மெற்கில் மனையுங் குடுத்து இந்த மனை / எல்லைக்கு கல்லும் இட்டுக்குடுக்கையில் (I. P. S. 814; 3 – 8).

புதுக்கோட்டை மாவட்டம் திருமெய்யம் வட்டம் ராங்கியம். பூமிஸ்வரர் கோவிலிலே உள்ள கல்வெட்டொன்று மெனி என்ற தேவடிமையை மையமாகக் கொண்டு உருவான ஒரு வழக்கைக் குறிப்பிடுகிறது. மெனி என்ற தேவரடிமை 'வேலங்குடி கோவிலுக்கு பாதியும் ராங்கியும் பூமிஸ்வரர் கோவிலுக்குப் பாதியும்' உரியவள் என்று குறுநில மன்னன் ஒருவன் (பெயர் சிதைந்துள்ளது) தீர்ப்பளித்தான். 'எங்கள் கோவில் தேவரடிமையை வேலங்குடி கோவிலுக்கு பாதி பகுத்துக்கொடுக்க ஆவதென்ன ?' என்று ராங்கியம் ஊரார் முறையிட்டனர். அதன் பின்னர் அத்தேவடிமையை வரவழைத்து அவள் 'முலெ (முலை) போட்டிருந்த சூலமும் பாதச் சூலமும் கண்ட பிறகு அவளிடமும் பேசி நாலுபேர்களிடமும் கேட்டறிந்து. 'மெனியை அவள் பிள்ளெயளெல்லோரையும் நம்முடைய தன்மமாக (தர்மமாக) ... பூமிஸ்வரனுடைய தம்பிரனார்க்கே' வழங்கியதாக இக்கல்வெட்டு கூறுகிறது (I.P.S. 841)

இக்கல்வெட்டில் தேவடிமையைக் குறித்த மூன்று முக்கிய உண்மைகள் இடம்பெற்றுள்ளன.

i. சிறையளை என்ற சொல்லால் இக்கல்வெட்டு தேவடிமையைக் குறிப்பிடுகிறது. "சிறை" என்ற பெயரில் அடிமையைக் குறிப்பிடும் பழக்கம் இருந்துள்ளது இங்கு

---

* திருவந்திக்காப்புகுடுத்து – கண்ணேறு கழித்து

நினைவில் கொள்ளத்தக்கது. தேவடிமை என்பவள் அடிமையாகவே கருதப்பட்டாள் என்பதைச் சிறையனை என்ற சொல் உறுதிப்படுத்துகிறது.

ii. பாதத்திலும் முலையிலும் தேவடிமைக்கு திரிசூலச் சின்னம் இடும் பழக்கம் இருந்துள்ளது.

iii. தேவடிமையுடன் அவளது பிள்ளைகளையும் தானமாக வழங்கியுள்ளனர்.

புதுக்கோட்டை மாநிலக் கல்வெட்டுத் தொகுதியில் இடம்பெற்றுள்ள மற்றொரு கல்வெட்டு (I.P.S. 817). மாணி என்ற தேவடிமையுடன் அவளது குடும்பத்தாரும் தானமாக வழங்கப்பட்டதைக் குறிப்பிடுகிறது. 'வரிவராக கண்டியத்தேவன் தன்மமாக தேவடிமையாக விட்ட மாணிக்கி' என்று இக்கல்வெட்டுத்தொடரில் இடம்பெறும். 'விட்ட என்ற சொல் அஃறிணைப் பொருளாக, தேவடிமையைக் கருதியதை வெளிப்படுத்துகிறது.

கொங்கு நாட்டிலுள்ள திருப்பாதூர் அகஸ்தீஸ்வரர் கோவில் தேர்த்திருவிழாவிற்கு கவுண்டர்கள் சிலர் சென்றனர். கவுண்டர்களில் ஒருவர் தம் பெண்ணொருத்தியைப் பொட்டுக்கட்டிக் கோவிலுக்கு விட்டால்தான் கவுண்டர்களுக்குக் கோவில் மரியாதை தரமுடியும் என்றனர் கோவில் மேளத்தார்களான கம்மாளர்கள். இதைக் கவுண்டர்கள் ஏற்றுக் கொள்ளவில்லை. பின் இருத்தரப்பினரும் 'மகாராசாவிடம் போய் பிராது சொல்லிக்கொண்டார்கள்.' 'ராசாவானவன் உன் மகளைப் பொட்டுக்கட்டி விடாமல் போனால் ஒரு பெண்ணை விலைக்கு வாங்கிக் கோவிலுக்குப் பொட்டிக்கட்டி விடும்படி சொன்னார். அந்தப்படியே பொட்டிக்கட்டின பொண்ணை வஞ்சகங்களினாலே மேளத்தார்கள் கொன்றுவிட்டார்கள் (இராசு 1991: 114).

இச்செய்திகளடங்கிய இப்பட்டயம் எழுதப்பட்ட காலம் தெளிவில்லாமல் உள்ளது. பெரும்பாலும் திருமலை நாயக்கர் ஆட்சிக் காலத்தைச் சேர்ந்ததாக இதைப் பதிப்பித்த இராசு கருதுகிறார். இப்பட்டயம் பின்வரும் மூன்று செய்திகளை உணர்த்தி நிற்கிறது.

1. கோவில் மேளத்தார் ஒரு பெண்ணைக் கோவிலுக்குப் பொட்டுக்கட்டி விடவேண்டுமென்பதில் ஆர்வமாய் உள்ளனர். தேவரடியார் கோவிலுக்கு இருப்பது அவசியம் என்று கோவில் நிர்வாகிகள் கருதியுள்ளனர்.

2. வளம் படைத்தவர்கள் தம் குடும்பத்துப் பெண்களைக் கோவிலுக்குப் பொட்டுக்கட்டிவிட விரும்பவில்லை.
3. விற்பனைக்குப் பெண் கிடைத்தமையால் ஒரு பெண்ணை விலைக்கு வாங்கி கோவிலுக்குப் பொட்டுக் கட்டிவிட முடிந்தது.

தஞ்சை மராத்திய மன்னர்கள் தஞ்சையை ஆண்டபோது பெண்களையும் சிறுமிகளையும் விலைக்கு வாங்கி தேவதாசிகளாக ஆக்கியமை குறித்துத் தஞ்சை மராத்திய மோடி ஆவணங்கள் சில செய்திகளைக் குறிப்பிடுகின்றன.

சரபேந்திர பட்டணத்தைச் சேர்ந்த ரமாமணி என்ற தாசியுடன் ஐந்து பெண்களை மராத்திய அரண்மனையினர் விலைக்கு வாங்கி சிதம்பரேஸ்வரர் கோவிலுக்குப் பொட்டுக் கட்டி வைத்தனர் (வெங்கட்ராமையா 1984: 322). அன்னம் என்னும் பத்து வயது சிறுமி, யமுனாம்பாள் புரம் சந்தனராமசாமி கோவிலுக்கு 1842இல் பொட்டுக்கட்டிக் கொண்டாள். இவளுக்கு மாதம் ஒன்றுக்கு ஒரு கலம் நெல்லும் நாள்தோறும் பட்டைச் சாதம் ஒன்றரையும் கொடுக்கப்பட்டது (மேலது).

காமாட்சியம்மன் கோவில் தாசிகளான கம்பாலயம் என்ற பத்து வயதுச் சிறுமியும் குளவாய் என்ற பன்னிரண்டு வயதுச் சிறுமியும் தஞ்சைப் பெரிய கோயிலுக்குப் பொட்டுக் கட்டிக் கொள்ள 1882இல் அனுமதி வழங்கப்பட்டது (மேலது 323).

1843இல் வீரலட்சுமி என்ற தாசி இறந்துபோனமையால் அவளுக்குப் பதிலாக வெங்கடலட்சுமி என்ற 15 வயதுப் பெண் தாசியாக்கப்பட்டாள் (மேலது 324).

'அருரூபமாயும் (அழகில்லாதவளாயும்) தேவடியாள் தனத்துக்கு யோக்கியம் இல்லாதவளாகவும்' இருந்த தம் பெண் குழந்தைகளுக்குத் தேவரடியார்கள் திருமணம் செய்வித்தனர் என்று மோடி ஆவணம் ஒன்று தெரிவிக்கிறது (மேலது 322).

கன்கார்டிய பல்கலைக்கழகத்தைச் சேர்ந்த லெஸ்லி சீ, ஓர் (Leslie C. Orr) என்பவர் 'கோவில், அரண்மனை மற்றும் குடும்பப் பெண்கள்; காலனியத்துக்கு முந்தைய தமிழ்நாட்டில் பெண்களின் அடையாளங்களின் கட்டமைப்பு' என்ற தலைப்பில் கட்டுரை ஒன்றை எழுதியுள்ளார்.[12] அக்கட்டுரையில் கோவில் பெண்கள் என்று ஒரு வகைமையை வகுத்துக்கொண்ட லெஸ்லி (2003 : 22). அதற்குப் பின்வரும் வரையறையை வழங்குகிறார்:

- கல்வெட்டுக்களில் கோவிலுக்குச் சொந்தமானவராக விவரிக்கப்படும் பெண், கோவில் பெண்ணாவார். கடவுளுக்கு

> அர்ப்பணித்துக் கொண்டவர் என்ற அர்த்தத்தில் இப்பெண் தேவரடியாள் என்று அடிக்கடி குறிப்பிடப்படுகிறார்.

கோவில் பெண்கள் என்று வகைமைப்படுத்திவிட்டு அவரது கட்டுரையின் அடிக்குடிப்பு எண் பதினைந்திற்கு *(மேலது 55)* பின்வரும் குறிப்பை எழுதியுள்ளார்.

> *பதினைந்தாம் நூற்றாண்டைச் சார்ந்த இன்னொரு கல்வெட்டு (P.K.I: 718) ஒரு கோவிலுக்குச் சில பெண்கள் அடிமைகளாகத் தரப்பட்டதாகவும் அதன் பிறகு கோவிலின் மூலம் அவர்களுக்கு ஆதரவு வழங்கப்பட்டதாகவும் (ஸ்வதந்திரம்) பதிவு செய்கிறது. இவர்களை அடிமைகள் என்பதைவிடவும் கோவில் பெண்களென்று நான் வகைப்படுத்துகிறேன்.*

தேவரடியார்களுக்கு வழங்கப்பட்ட ஸ்வதந்திரத்தின் அடிப்படையில் கோவில் பெண்கள் என்று வகைப்படுத்தி அடிமைகள் என்ற பிரிவிலிருந்து அவர்களை லெஸ்லி விடுவிக்கிறார். இது ஆய்வுக்குரியது.

ஸ்வதந்திரம், ஸ்வாந்திரியம் என்று அழைக்கப்படும் இவ்வட மொழிச்சொல் உரிமை என்ற பொருளைத் தருவது. இன்றும்கூட சிறு நகரங்களிலும் கிராமப்புறங்களிலும் வண்ணார், நாவிதர் ஆகியோருக்கு சுதந்திரம் என்ற பெயரில் மங்கல, அமங்கலச் சடங்குகளிலும் நாட்டார் தெய்வக் கோவில் விழாக்களிலும் பணமாகவோ, பொருளாகவோ, உணவாகவோ அல்லது இம்மூன்றுமாகவோ அன்பளிப்புகள் வழங்குவது வழக்கமாக உள்ளது.

சுதந்திரம் என்பது அதைப் பெறும் நாவிதர் மற்றும் வண்ணார்களின் உரிமையாக விளங்குகிறது. இதுபோல் கோவில் பணி செய்யும் தேவரடியார்களும் சுதந்திரம் பெற்றமையால் அவர்களை அடிமைகளாகக் கருத முடியாது என்பது போல் அவரது வாதம் அமைகிறது. அவர் குறிப்பிடும் புதுக்கோட்டை மாநிலக் கல்வெட்டுத் தொகுப்பில் மற்றொரு கல்வெட்டுள்ளது *(I.P.S. 718)*. நெல்வேலி என்பவளையும் அவள் மகள்களான மெய்யரை வழித்துணை என்பவர்களையும் திருமுது குன்றுடைய நாயனார் கோவிலுக்கு அடைக்கலம் காத்தார் மகள் வழித்துணைப் பெருமாள்பிள்ளை என்பவள் தேவடிமையாக இட்ட செய்தி இடம் பெறுகிறது.

அத்துடன் 'ஊரில் பெருஞ்சுவந்திரம்', 'தேவடிமைக்குண்டான சுவந்திரம்' என்பன அவர்களுக்குரியது என்ற செய்தியும் இடம் பெறுகிறது.

இதே கல்வெட்டுத் தொகுதியில் கல்வெட்டு எண் 710 (பதினைந்தாம் நூற்றாண்டு) யாச்சிய நாயக்கர் என்ற தலையாரி அடைக்கலம் காத்த மாணிக்கத்தான் என்ற தேவரடியாளை கோவிலுக்குத் தானமாக வழங்கியதைக் குறிப்பிடும்.

திருவண்ணாமலை மாவட்டத்தின் ஆரணி வட்டத்தி லுள்ள தேவிகாபுரம் ஊரிலுள்ள பிரகதாம்பாள் கோவிலில் 1478ஆவது ஆண்டுக் கல்வெட்டொன்று கிடைத்துள்ளது. பெண்கள் சிலர் தேவடிமையாக இங்குள்ள திருமலை நயினார் கோயிலுக்கு வழங்கப்பட்டதை இக்கல்வெட்டு குறிப்பிடுகிறது. இவ்வாறு வழங்கப்பட்ட தேவடிமைகளின் பெயர்கள் பெற்றோர் பெயர்களுடன் கல்வெட்டில் இடம்பெற்றுள்ளன. கல்வெட்டு சிதைந்துள்ளமையால் இவர்கள் கொடையாகக் கொடுக்கப்பட்டார்களா அல்லது விற்கப்பட்டார்களா என்பதில் தெளிவில்லை. இருப்பினும் தேவடிமை என்ற சொல் இப் பெண்கள் கோவில் அடிமையானதை வெளிப்படுத்துகிறது (தெ.இ.க.38: க.எ.401).

கோவிலுடன் உள்ள பிணைப்போ, சுவந்திரம் என்ற பெயரில் கிடைக்கும் பொருளோ, பணமோ ஐரோப்பிய அடிமைகளுக்கு இருந்ததில்லை. அவர்களுக்கு இல்லாத ஒன்று இப்பெண்களுக்குக் கிட்டுகிறது என்று கருதியதாலோ என்னவோ தேவடிமைகளை கோவில் பெண்கள் என்று வகைப்படுத்தி விட்டார். அவர்கள் கோவில் பெண்கள் என்றாலும் அடிமைகள் என்பதுதான் உண்மை. ஆணோ, பெண்ணோ தானத்தின் வாயிலாகவோ விற்பனையின் வாயிலாகவோ இடம்மாற்றம் செய்யப்படும்போது அவர்களை அடிமையென்று வகைப்படுத்தாமல் வேறெப்படி வகைப்படுத்த முடியும். எனவே லெஸ்லியின் வகைப்படுத்தல் பொருத்தமற்றது என்பதுடன் நிறுத்திக் கொள்ளலாம்.

பொட்டுக் கட்டுதல் என்பது சமயம் சார்ந்த கோவில் சடங்கு. இச்சடங்கின் வாயிலாக ஒரு சிறுமி அல்லது இளம்பெண் அக்கோயிலின் தேவரடியராக மாறுகிறார். 'பதியிலார்', 'நித்திய சுமங்கலி' தேவடிமை என, பல திருநாமங்கள், பொட்டுக் கட்டிய பெண்ணுக்குச் சூட்டப்படுகின்றன. மேட்டிமையோர் தம் மேலாண்மையை நிலைநாட்டவும் ஒடுக்கப்பட்ட மக்கள் எதிர்ப்பின்றித் தம் மேலாண்மையை ஏற்றுக்கொள்ளவும் செய்யும் வழிமுறைகளுள் ஒன்றுதான் சமயச் சடங்கு.

பாலியல், சாதி, பொருளியல் என்ற தன்மைகளால் அடித்தளத்திலிருக்கும் பெண்ணைப் பொதுமகளாக மாற்றும் புனிதச் சடங்கே பொட்டுக் கட்டுதல், சமய முத்திரையின்

வாயிலாக வரைமுறையற்ற பாலுறவு புனிதமாக்கப்படுகிறது. தேவடிமையின் வாழ்வியல் தேவைகளான உணவு, இருப்பிடம் ஆகியன கோவிலால் உறுதிசெய்யப்பட்டுவிட, மேட்டிமை யோரின் குறிப்பாக புரோகித, நிலவுடைமையாளர்களின் பாலியல் தேவைகளை நிறைவடையச் செய்வது அவளது பணியாகிவிடுகிறது.

கோவில் வழிபாடு, திருவிழா போன்ற நிகழ்வுகளில் நடனமாடுதல், பாடுதல், கோலமிடுதல், பூக்கட்டுதல் இன்னபிற செயல்கள் அவர்களது அவல வாழ்வை மறைக்கும் புனிதத் திரை களாக மட்டுமே அமைந்தன. ஒரு நிறுவனமாக உருப்பெற்று வளர்ந்த தேவரடியார்முறை அடிமை முறையின் மற்றொரு வடிவமே என்பதில் எவ்வித ஐயமும் இல்லை.

இவர்கள் சொத்துரிமை உடையவர்களாகத் திகழ்ந்தார்கள். திருமணம் செய்துகொண்டார்கள். கோவில்களுக்குத் தானம் வழங்கினார்கள் என்பதற்குக் கல்வெட்டுச் சான்றுகள் உள்ளன என்பது உண்மைதான், இதனடிப்படையில் மட்டும் இவர்களனைவரும் சுயேச்சையானவர்கள் என்று கூறிவிட முடியாது. இவர்களில் சிலர், விலைபடு பொருளாகவும் தானப்பொருளாகவும் இருந்தமை உடம்பில் சூலச் சின்னம் பொறிக்கப்பட்டமை இவர்கள் மட்டுமின்றி இவர்கள் பரம்பரை யினரும் தேவடிமைகளாக விளங்கவேண்டுமென்ற விதிமுறை ஆகியனவும் இவர்கள் மீது சுமத்தப்பட்டிருந்தன என்பதை எளிதில் புறக்கணித்துவிட முடியாது.

•

8

ஆங்கில ஆட்சியில் அடிமைமுறை

கி.பி. 1799இல் முடிவுற்ற நான்காவது மைசூர்ப் போரின் விளைவாகத் தென்னகத்தில் ஆங்கிலக் கிழக்கிந்தியக் கம்பெனியின் ஆட்சி உறுதிப்படுத்தப் பட்டது, பதினெட்டாம் நூற்றாண்டின் இறுதியிலும், பத்தொன்பதாம் நூற்றாண்டின் தொடக்கத்திலும் சிறிய அளவில் நிகழ்ந்த பாளையக்காரர்களின் எழுச்சியும் ஒடுக்கப்பட்ட பிறகு தமிழகம் முழுவதும் கிழக்கிந்தியக் கம்பெனியின் ஆட்சிக்குள் வந்தது.

இவர்கள் ஆட்சியில் தமிழகத்தைப் பல மாவட்டங்களாகப் பிரித்து வரிவசூல் செய்ய கலெக்டர்களை நியமித்தனர்.

இக்கலெக்டர்கள் சென்னையில் உள்ள ரெவின்யூ போர்டுக்கு அனுப்பிய அறிக்கைகளிலும், ஆங்கில அதிகாரிகளின் பணிக்கு உதவுவதற்கென்று தயாரிக்கப்பட்ட மாவட்ட விவரச்சுவடிகளிலும் (கெசட்டியர்களிலும்) தமிழகத்தில் நிலவிய அடிமை முறை குறித்த செய்திகள் காணப்படுகின்றன.

"கொத்தடிமை", "பண்ணையாள்", "படியாள்" என்ற பெயர்களில் கிராமப்புறங்களில் வாழ்ந்து வந்த அடிமைகளைக் குறித்த செய்திகள் இவற்றில் விரிவாகவே இடம் பெற்றுள்ளன. மேலும் அக் காலத்தில் தோன்றிய பத்திரிகைகளிலும் இவர்களைப் பற்றிய செய்திகள் காணக் கிடைக்கின்றன. பிராட்டஸ்டண்ட் மிஷனரிகளின் அறிக்கைகளிலும்,

ஆ. சிவசுப்பிரமணியன்

குறிப்புகளிலும் ஒடுக்கப்பட்டிருந்த அடிமைகளின் அவலநிலை குறித்த சித்திரங்கள் உள்ளன.

தரங்கம்பாடியில் 19ஆம் நூற்றாண்டில் கிடைத்த ஓலை ஆவணங்கள் சிலவற்றில் பண்ணையாட்கள் சிலர் முன்பணம் வாங்கிக்கொண்டு உடலுழைப்புச் செய்வதாக ஒப்பந்தம் எழுதிக் கொடுத்ததும், கடன் வாங்கிக் கொண்டு தன்னையும் தன் மனைவியையும் ஒத்தி வைத்துக்கொண்டதும் இடம் பெற்றுள்ளன. (ஸ்ரீதர், 2005 : 56, 63, 70) மற்றொரு ஓலையில், கடன் வாங்கிக் கொண்ட ஒருவர், கடன் கொடுத்தவரின் சவுக்காருக்கிட்டங்கியில் வேலை செய்து, மாதம் ஒன்றுக்கு ரூபாய் இரண்டு வீதம் செலுத்துவதாக ஒப்புக் கொண்டு, எழுதிக் கொடுத்துள்ளமை இடம் பெற்றுள்ளது. (மேலது 73.)

கொத்தடிமை

ராமசாமி நாயுடு என்பவர் 1834இல் "கொத்தடிமை" முறைபற்றி விரிவாக எழுதியுள்ளார்.

> "தொண்டை மண்டலத்திலுள்ள வேளாளர்கள் பறையர்களையும் பிற சாதியினரையும் அடிமைகளாக வாங்கவும், விற்கவும், அடமானம் வைக்கவும் தானமாகக் கொடுக்கவும் உரிமை பெற்றிருந்தனர்.
>
> ஒரு பெண்ணைக் குழந்தைகளுடன் ஒருவன் விலைக்கு வாங்கினால் அது கொத்தடிமையாகும் (*A claster of vassals or slaves*) கொத்தடிமையின் விலை இரண்டு அல்லது மூன்று பகோடாவுக்கு மேற்படாது (1 பகோடா – 3.50) அவளுடைய எஜமானனைத் தவிர வேறு யாரும் அவளை விற்க முடியாது. அவளுக்கு எஜமானன் இல்லையென்றால் அவளது நல்அம்மான் (தாயின் சகோதரன்) அவளை விற்கும் உரிமை பெற்றிருந்தான். அவளுக்கு எஜமானனோ, நல் அம்மானோ இல்லையென்றால் அவள் "பரதேசிக் கொத்து" என்றழைக்கப்படுவாள். இவளை விலைக்கு வாங்குபவன் நாட்டாமைக்காரனுடனோ, பறைசேரித் தலைவனுடனோ தொடர்பு கொள்வான். இச்சமயங்களில் விலை அதிகரிக்கும். இவ்விற்பனைப் பத்திரமானது பனைஓலைகளில் எழுதப்படும்.
>
> எஜமானனின் அனுமதியின்றி தன் மகளுக்கு மணம் முடிக்கும் உரிமை கொத்தடிமைக்குக் கிடையாது. அனுமதி பெற்றுத் திருமணம் நடக்கும்பொழுது அதற்காகும் செலவுகளை அடிமையின் உரிமையாளன் ஏற்றுக்கொள்வான். அத்துடன்

ஒவ்வொரு பொங்கலின் போதும் அவர்களுக்கு பரிசு கொடுப்பான். அவன் பெற்றெடுக்கும் குழந்தைகள், அவர்களது பிறப்பு இறப்பு செலவுகள் உடமையாளனையே சாரும்.ஒரு அடிமைத்தாய் தன் மகனுக்கு மணம் செய்விக்க விரும்பினால் அவளது உடமையாளன் பரிசப் பணம், சேலை, தாலி முதலியனவற்றை வழங்குவான். ஆனால் அவனுக்கு பிறக்கும் குழந்தைகள் அவனது மனைவியின் உடமையாளனையே சாரும்.

ஓர் ஆண் அடிமையின் விலை அரை பகோடாவாகும் (1.75). பூப்படையாத பெண்ணின் விலை ஒரு பகோடாவுக்கு மேற்படாது.

அடிமைகள் விற்பனைப் பொருளாக இருந்தமையால் ஆட்களைக் கடத்திச் சென்று அடிமையாக விற்கும் பழக்கமும் நிலவியது. 1825இல் தஞ்சாவூரில் இரண்டு பெண் குழந்தைகள் பெண் ஒருத்தியால் கடத்தப்பட்டனர். 1826இல் இராணுவ வீரர் ஒருவரின் இரண்டு பையன்கள் தஞ்சாவூரிலிருந்து கடத்தப்பட்டனர். இரண்டு பெண் குழந்தைகளும் ஒரு பையனும் தென்னார்க்காடு மாவட்டத்திலிருந்து கடத்தப்பட்டு, தஞ்சாவூரிலுள்ள ஒரு நடன மாதுவுக்கும், சவரத் தொழிலாளிக்கும் விற்கப்பட்டதாகத் தஞ்சாவூரிலிருந்த ஆங்கில ரெசிடென்ட் தென்னார்க்காடு மாவட்ட ஆட்சித் தலைவருக்குக் கடிதம் எழுதியுள்ளார் (பரமார்த்தலிங்கம், 1995 : 147).

வேளாண்மைத் தொழிலிலும், கால்நடை வளர்ப்பிலும் இவ்வடிமைகள் ஈடுபடுத்தப்பட்டனர். தங்களுக்கு அடிமை களின் பணி தேவைப்படாத நேரத்தில் அவர்களைப் பிறருக்கு வாடகைக்குக் கொடுத்து அதற்குரிய கூலியைப் பெற்றுக் கொண்டார்கள்.

திருநெல்வேலி மாவட்டத்தில் வேளாண்மைக்குப் பயன்படும் நீர்நிலைகளைப் பராமரிக்கும் பணியில் பண்ணையடிமைகள் நிலவுடையாளர்களால் ஈடுபடுத்தப்பட்டனர். இதுகுறித்து அம்மாவட்டத்தின் ஆட்சித் தலைவர் 1830ஆவது ஆண்டில் பின்வருமாறு குறிப்பிட்டுள்ளார் (Ludden 1989: 143–144).

மிராசுதாரர்களின் அடிமைகளாகிய பள்ளர்களே பெரும்பாலும் இந்த வேலைக்கு அமர்த்தப்பட்டனர். இதனால் மிராசுதாரர்கள் தங்களுக்கு வழங்கப்பட்ட முன்பணத்திலிருந்து தங்கள் விருப்பம்போல் அவர்களது அடிமைகளுக்கு கூலிக்கொடுத்து விட்டு ஒரு பகுதியை தங்களுக்கு எடுத்துக்கொண்டனர். மிராசுதாரர்களுக்கு ஒவ்வொரு ஆண்டும் வருமானம் தரும் வகையில்

இச்சீரமைப்புப் பணிகள் நடந்தன. எனவே, அவர்கள் இச்சீரமைப்புப் பணியினை எவ்வளவு தாமதமாகச் செய்ய முடியுமே, அவ்வளவு தாமதமாக, அதாவது அந்த ஆண்டின் சாகுபடியைப் பாதிக்காத அளவிற்கும், அதே சமயம் அடுத்த ஆண்டில் முடியும் வகையிலும் மேற்கொண்டனர்.

"திருநெல்வேலியில் 1835–36ல் நிலவுடமையாளர் ஒருவருக்கு 500 அடிமைகள் இருந்தார்கள். அவர்கள் அனைவருக்கும் அவரால் வேலை கொடுக்க முடியாததால், அவர்களை மற்றவர்களிடம் வேலை பார்க்க அனுமதித்து, அவர்கள் ஒவ்வொருவரிடமிருந்தும் ஒரு குறிப்பிட்ட அளவு தானியத்தை நாள்தோறும் பெற்றுக்கொண்டார்." (Dharma Kumar 1965: 44).

தமக்குரிய அடிமைகளை அரசுப் பணிக்காக உழைக்கச் செய்து அதில் கிடைக்கும் ஊதியத்தின் பெரும்பகுதியை நிலவுடைமையாளர்கள் எடுத்துக்கொண்டனர். இவ்வாறு வாடகைக்குக் கொடுப்பது மட்டுமன்றி அவர்களைப் பிறருக்கு அடமானமும் வைத்தார்கள். நிலம் விற்கப்படும்போது, அதனுடன் பண்ணையாட்களும் விற்கப்பட்டார்கள். (மேலது 44, 75) (தர்மகுமாரின் கூற்றுக்குச் சான்றாகப் பின்னிணைப்பில் இடம்பெற்றுள்ள அடிமை ஆவணங்கள் 26, 29 ஆகியன அமைகின்றன).

கொத்தடிமைகளுக்குச் சிறிய அளவில் ஏதேனும் சொத்துக்களிருப்பின் அதன் மேலும் நிலவுடமையாளருக்கு உரிமையுண்டு. கோவை மாவட்டத்தில் அடிமையின் கால்நடைகள் மீதும் அவர்களின் உடைமையாளனுக்கு உரிமையிருந்தது. மதுரை மாவட்டத்தில் பண்ணையாள் இறந்த பின்னர் அவனுக்கு வாரிசு இருந்தாலும் இல்லாவிட்டாலும் அவனது உடமைகள் நிலவுடைமையாளரையே சேரும். (மேலது 65)

பண்ணையடிமைகள் தங்களை விடுவித்துக்கொள்ள விரும்பினால் அப்போதைய நிலவரப்படி உள்ள அடிமையின் விலையை விட இரண்டு மடங்கு கொடுக்க வேண்டும். (மேலது 65).

திருநெல்வேலி மாவட்டத்தில் வறிய நிலையிலிருக்கும் பள்ளர் சமூகத்தினர் எவ்வாறு கொத்தடிமைகளாக மாறினர் என்பதை டேவிட் லடன் (1989–93) குறிப்பிடுவது வருமாறு:

குடியானவனின் ஏழ்மையைப் பொறுத்து அவன் மிராசுதாரரையும் அவர் கொடுக்கும் பொருளையும் முன்பணத்தையும் சார்ந்திருப்பது அமைந்தது. மிகவும் வறிய குடியானவர்கள் மிராசுதாரர்களை அதிகம் சார்ந்திருந்தனர். பெரும்பாலும் பள்ளர் சமூகத்தினர் அதிகபட்சமாக

கூட்டு விவசாயிகளாகவோ நிர்ணயிக்கப்பட்ட குத்தகை செலுத்துபவர்களாகவோ இருந்தனர். வாங்கிய கடனைத் திரும்ப செலுத்த, முதலோ, விளைபொருளோ இல்லாத இவர்கள் தங்கள் குடும்ப உழைப்பை மாற்றாகக் கொடுத்தனர். உணவு பெற பண்டமாற்றாகக் கொடுக்க இவர்களிடம் வேறு ஏதும் இல்லாததால் இவர்கள் குடும்பத்துடன் மிராசுதாரர்களின் குடும்பங்களுக்கோ அல்லது மிராசுதாரர்களின் கிராமங்களுக்கோ நிரந்தரக் கொத்தடிமைகளானார்கள். இந்தப் பள்ளர்களின் உழைப்பு மிராசுதாரர்களுக்கு ஒருவகையான உடைமையாக இருந்தது. மற்ற சொத்துக்களைப் பயன்படுத்துவது போன்றே, வாங்கவோ, விற்கவோ பங்கிட்டுக் கொள்ளவோ, சீதனமாகக் கொடுக்கவோ, நிலத்துடன் சேர்த்து கணக்கிடவோ கூடியதாக இது இருந்தது. இந்த நடைமுறை மத்தியத்தரைக்கடல் மற்றும் அட்லாண்டிக் கடல் பகுதி நாடுகளிலிருந்த அடிமை முறையில் இருந்து மாறுபட்டிருந்தாலும் ஆங்கிலேயே ஆய்வாளர்கள் இந்த நடைமுறையையும் அடிமைமுறை என்றே அழைத்தனர்.

ஆங்கில அரசும் அடிமை முறையும்

சட்டரீதியாக அங்கீகாரம் பெற்றிருந்த அடிமை முறையினைப் பாதுகாக்கும் பணியினைக் கிழக்கிந்தியக் கம்பெனியின் அதிகாரிகள் செய்துவந்தார்கள். அடிமை முறையை அகற்றுவது விவசாய உற்பத்தியைப் பாதிக்கும் என்று கருதினார்கள். அதற்கு எடுத்துக்காட்டாகச் சில செய்திகளைக் குறிப்பிடலாம்.

1800இல் தஞ்சை மாவட்டக் கலெக்டர், பள்ளர், பறையர், குல அடிமைகள் அம்மாவட்டத்திலிருந்து வெளியேறி வேறு நிலவுடைமையாளர்களிடம் பணிபுரிவதைத் தடுத்து உத்தரவிட்டுள்ளார். அரசாங்கத்திற்கும் நிலவுடைமையாளர் களுக்கும் பணிபுரியும்படி அடிமைகளை நிர்ப்பந்திக்க வேண்டுமென்று காவல்துறைக்கு அறிவுரை கூறியுள்ளார். (Dharma Kumar 1965:67)

1828இல் பிராமண நிலவுடைமையாளரிடம் பணிபுரிந்த சில பள்ளர் குல அடிமைகள் திருச்சி மாவட்டத்திலிருந்து கோவை மாவட்டத்திற்கு வந்துவிட்டனர். திருச்சி மாவட்டத்திலுள்ள தாசில்தார் முன்னிலையில் எழுதிக் கொடுத்த பத்திரத்தின் படி அவர்கள் அப்பிராமண நிலக்கிழாரிடம் திரும்பி வருவதற்குக் கட்டுப்பட்டவர்கள் எனத் திருச்சி மாவட்ட கலெக்டர் கோவைக் கலெக்டருக்கு எழுதிய கடிதத்தில் குறிப்பிட்டுள்ளார். (Dharma Kumar 1965: 67)

*1830*இல் திருச்சி மாவட்ட ஆட்சித் தலைவர் தன் மாவட்டத்தில் இருந்து ஓடிப்போன பத்து அடிமைகளைப் பிடித்தனுப்பும்படி சேலம் மாவட்ட ஆட்சித் தலைவருக்கு:

> "அவர்கள் இந்த மண்ணின் அடிமைகள். அவர்கள் சார்ந்திருக்கும் பண்ணையை விட்டுச் செல்லும் உரிமை யற்றவர்கள். அந்தப் பண்ணையின் உரிமையாளனான பிராம்மணன் அவர்களின் உதவியின்றி சாகுபடி செய்ய முடியாத நிலையில் உள்ளான். அவர்கள்மீது அவனுக்குள்ள உரிமையை நிலைநாட்ட உதவியளிக்கப்படவில்லை யானால் நிலம் தரிசாகக் கிடப்பதோடு அரசாங்கமும் இழப்புக்குள்ளாகும்"

என்று எழுதியுள்ளார். *(மேலது 42)*

அடிமையொழிப்புச் சட்டம்

இந்தியாவில் நிலவிய அடிமை முறையினை ஒழிப்பதற்கு *1843*இல் அடிமையொழிப்புச் சட்டம் நிறைவேற்றப்பட்டது. இச்சட்டம் பல்வேறு தடைகளைக் கடந்தே நிறைவேற வேண்டி யிருந்தது.

*1819*இல் சென்னை வருவாய்த்துறைக் கழகத்தின் *(Board of Revenue)* குறிப்பேட்டில் இடம் பெற்றுள்ள பின்வரும் செய்தி அடிமைமுறை ஒழிப்பில் அவர்கள் கொண்டிருந்த தயக்கத்தை வெளிப்படுத்துகிறது.

> "அடிமைமுறை படிப்படியாக ஒழிக்கப்பட வேண்டிய ஒன்றுதான், ஆயினும் நில உடமையாளர்கள் அடிமைகளைத் தங்கள் தனிச் சொத்துரிமையாக வைத்திருப்பதால் அதில் தலையிடுவது மிகவும் அநீதியாகும். அந்த இரண்டு வகுப்பு மக்களுக்கும் நீண்ட காலமாக நிலைத்து விட்ட உறவு முறையைத் திடீரெனக் குலைப்பது மிகவும் ஆபத்தானதாகக் கூட முடியலாம். ஆகவே தற்போதைக்கு அடிமைகள் கொடுமைப்படுத்தப்படுவதைத் தடுப்பது, அல்லது நிலவுடமையாளர்கள் தங்கள் அதிகாரங்களைத் துஷ்பிரயோகம் செய்வதைத் தடுப்பது, சட்டப்படி அவர்களுக்கு அடிமைகள் மீதுள்ள அதிகாரங்களை சட்டசபையில் ஒரு சட்டமாக உருவாக்குவது ஆகியவையே போதுமானதாகும்."

அடிமைகளின்மீது அவர்களின் உடமையாளர்களுக்குள்ள அதிகாரங்கள் என்ன என்பது வருவாய்க் கழகத்திற்குத் தெரியாததால் இப்பிரச்சினையோடு நேரடியான தொடர்பு கொண்டிருந்த மாவட்ட ஆட்சித்தலைவர்களிடம் விவரம்

கேட்டது. திருச்சி மாவட்ட ஆட்சித்தலைவர் இதுகுறித்து அனுப்பிய பதில் அடிமை ஒழிப்பு குறித்து எத்தகைய அணுகுமுறையை, கிழக்கிந்தியக் கம்பெனி அதிகாரிகள் கொண்டிருந்தனர் என்பதனைப் புலப்படுத்துகிறது.

"...இப்படிப்பட்ட சூழ்நிலை இருந்தாலும் மாவட்டத்தின் வருவாயைப் பொறுத்தவரை (என் கருத்து இதற்குமேல் சொல்ல வாய்ப்பில்லை என்று நம்புகிறேன்) நான் ஒன்றைத் தெளிவாக காட்டுவேன், பள்ளர் முறையை (Puller system) ஒழிப்பது மிகவும் ஆபத்தான, கேடு விளைவிக்கும் பின் விளைவுகளை உண்டாக்கும்.... சாதி வேறுபாடு இருக்கும் வரை, பிராமணர்கள் விவசாயம் செய்யத் தடை இருக்கும் வரை, பள்ளர்களை வைத்திருப்பது அவசியமாகும். மேலும் அடிமைத்தளையிலிருந்து விடுதலை பெறுவது பள்ளர்களையே பாதிக்கும். ஏனெனில் விடுதலை அடைந்தாலும் அவர்கள் சமுதாயத்தில் மிகவும் கடைநிலைப் பிரிவினராக இருப்பர். இதைவிட மோசமான சூழ்நிலை களில் விவசாயம் செய்ய நேரிடும், அல்லது இதனிலும் கடுமையான வேறு வேலைகளைத் தேடவேண்டியிருக்கும். அவர்களின் விடுதலைக்கு எதிராக இன்னும் வலிமை வாய்ந்த ஒரு வாதம் உண்டு. நாட்டிலுள்ள ஆறுகளையும் அது போன்ற பெரிய வேலைகளையும் கவனித்து வந்தவர்கள் அடிமைகளே. நாட்டினுடைய ஜீவநாடியே அப்படிப்பட்ட வேலைகள்தான். கிழக்கத்திய அடிமை முறையைப் பொறுத்தவரை மனிதாபிமான உணர்ச்சிகளும் தேவைகளும் ஒரு திசையைக் காட்டினாலும், சமுதாயத்தின் தேவைகள் இன்னொரு திசையையே காட்டின." (Dharma Kumar 1965 : 69).

1830ஆம் ஆண்டில் இங்கிலாந்தில் அடிமைமுறைக்கு ஏற்பட்ட எதிர்ப்பின் காரணமாக பிரிட்டிஷ் காலனிகளில் அடிமை முறையினை ஒழிக்கும் சட்டத்தினை பிரிட்டிஷ் பாராளுமன்றம் நிறைவேற்றியது. ஆயினும் கிழக்கிந்தியக் கம்பெனியார்:

"இம்முறை சமுதாய அமைப்பின் ஒரு பகுதியாகும். நிலத் தொடர்பான குடியிருப்புகளுக்கு அடிமைமுறை மிகவும் இன்றியமையாததாகும். இன்னும் சொல்லப்போனால் இது அடிமைமுறையே அல்ல என்று வாதிட்டனர்." (மேலது 72 – 73).

இதன் விளைவாக அடிமை மீட்புச் சட்டத்தை நிறைவேற்றுவ திலிருந்து இந்தியா நீக்கப்பட்டது. எனினும் கிழக்கிந்திய கம்பெனி யின் சாசனம் 1833இல் புதுப்பிக்கப்பட்டபொழுது இந்திய அடிமைகளின் சிரமங்களைக் குறைக்கும்படியும், நடைமுறையில்

எவ்வளவு விரைவில் இயலுமோ அவ்வளவு விரைவில் அடிமை முறையை ஒழித்துவிடும்படியும் பாராளுமன்றம் கவர்னர் ஜெனரலுக்கு ஆணையிட்டது.

இறுதியாக 1843இல் இந்திய அடிமை முறை ஒழிப்புச் சட்டம் நிறைவேற்றப்பட்டது. இது இந்தியாவிலுள்ள அடிமை முறையை நான்கு வழிகளில் சாடியது. (மேலது 73-74).

i. வரிப்பாக்கிக்காக அடிமைகளை விற்பது தடை செய்யப்பட்டது.

ii. அடிமைகளை வைத்துக் கொள்வது என்ற உரிமையை எந்த நீதிமன்றமும் நடைமுறைப்படுத்தாது.

iii. அடிமை என்ற காரணத்திற்காக எந்த மனிதனும் அவனது சொத்துக்களைப் பறிகொடுக்கக் கூடாது. ஒரு சுதந்திர மனிதனுக்கு எதிராக எடுக்கப்பட்ட ஒரு செயல் தண்டிக்கப்பட வேண்டிய குற்றம் என்று கருதப்பட்டால் அதே செயல் ஒரு அடிமைக்கு எதிராக எடுக்கப்பட்டாலும் தண்டிக்கப்பட வேண்டிய குற்றமாகக் கருதப்படவேண்டும்.

இச்சட்டம் அடிமைமுறையினை வெளிப்படையாக ஒழித்தாலும் நடைமுறையில் வேறு புதிய வடிவங்களில் அடிமைமுறை தொடர்ந்தது. ஏற்கனவே இருந்த 'படியாள்' முறையும் பண்ணையாள் முறையும் எவ்வித மாறுதலுமின்றி நடை முறையில் இருந்தன. அத்துடன் இலங்கை, மலேயா போன்ற நாடுகளில் மலைத்தோட்டத் தொழிலாளர்களாகப் பணிபுரிய 'ஒப்பந்தக்கூலி' முறை என்ற பெயரில் புதுவகையான அடிமை முறையும் தோன்றியது. அடிப்படையான பொருளாதார மாற்றம் கீழ் மட்டங்களில் தோன்றாமல் வெறும் சட்டங்களினால் மட்டும் சமூக அநீதிகளை ஒழித்துவிட முடியாது. இதற்கு எடுத்துக்காட்டாக இச்சட்டம் அமைந்தது.

"அடிமை" என்று கூறி ஒருவன் மீது சட்டபூர்வமாக உரிமை கொண்டாடுவதை இச்சட்டம் தடுத்தாலும் ஒப்பந்தம் மீறுதல். (Breach of contract) சட்டத்தின் மூலம் ஒருவனிடம் வேலை வாங்குவதனைத் தடுக்கவில்லை. இதனால் பழைய அடிமை ஓலை 'படியாள்' பத்திரமாகவும் 'ஒப்பந்தக் கூலி'ப் பத்திரமாகவும் மாறியது.

படியாள் முறை

படி என்பது அளவையையும் ஆள் என்பது அடிமையையும் குறிக்கும். இம்முறையின்படி நெல் அல்லது பிற தானியங்களை

நிலக்கிழார் மாதந்தோறும் படியாளுக்குக் கொடுப்பார். இதற்காக இருவரும் எழுத்துப் பூர்வமாக ஒரு ஒப்பந்தம் செய்து கொள்வார்கள். இதற்குப் படியான் பத்திரம் என்று பெயர். இப்பத்திரம், முறைப்படி பத்திரப் பதிவு அலுவலகங்களில் பதியப்பட்டது. மாதந்தோறும் கொடுக்கும் தானியம் தவிர கதிரடிக்கும் களத்தில் உதிர்ந்து கிடக்கும் தானியங்களை, கடைசியில் சேகரித்துக் கொள்ளும் உரிமையும் இவர்களுக்குண்டு, இதற்குக் களவாசம் என்று பெயர். படியாளுக்கு நண்பகலில் கஞ்சி ஊற்றப்படும். பொங்கல், தீபாவளியின்போது ஓர் ஆடை அல்லது ஒரு ரூபாய் கொடுக்கப்படும். உடமையாளர் வீட்டில் திருமணம் நடந்தால் ஓர் ஆடையும் குழந்தை பிறந்தால் நான்கு அல்லது எட்டணாவும் சிறிதளவு நல்லெண்ணையும் மூன்று படி நெல்லும் வழங்கப்படும். உடமையாளர் வீட்டில் சாவு நேர்ந்தால் ஒரு ரூபாயும் பன்னிரண்டுபடி நெல்லும் கொடுக்கப்படும். இடையில் மனைவிக்கு சேலை வாங்க அல்லது வேறு எதற்கும் உடைமையாளரிடம் கடன் வாங்கினால் அக்கடனுக்காக மாதந்தோறும் கொடுக்கும் தானியத்தில் ஒரு பகுதியைக் கழித்துக் கொள்வார்.

இத்தகைய புதுக்கடன் காரணமாக அவர்கள் படியாள் பத்திரத்தை மீண்டும் புதுப்பித்துக் கொள்வார்கள். தொடக்கத்தில் ஒரு பண்ணையில் மாதக்கூலிக்கு வேலை செய்யத் தொடங்கும் ஒரு பையன் இளைஞனாகி தன் திருமணத்திற்கு முன்பணம் வாங்கி படியாளாக மாறிவிடுவான். மூன்று நான்கு தலைமுறை யாகப் படியாட்களாக இருக்கும் குடும்பங்கள் இருந்தன என்று அறிகிறோம். *(Thomas P.J. 1940: 174, 176)*

Workmens breach of contract சட்டத்தின்படி நடவடிக்கை எடுக்கக் கூடிய முறையில் படியாள் பத்திரம் அமைந்தது. எடுத்துக்கட்டாக சில பத்திரங்களின் அமைப்பைப் பார்ப்போம். சேலம் மாவட்டத்தில் கிடைத்த ஒரு படியாள் பத்திரம் வருமாறு:

> 'நான் தங்களிடம் முப்பத்தியேழு ரூபாய் கடனாகப் பெற்றுக்கொண்டு அதற்கு வட்டியாக என்னுடைய மூன்று மகன்களையும் பதினைந்து வருடத்திற்கு வருடம் ஒன்றுக்கு 1.50 ரூபாயும் பன்னிரண்டு வள்ளம் ராகியும் என்ற கூலி அடிப்படையில் வேலைக்கு விடுகிறேன். என்னுடைய மகன் கள் வேலையில் தவறினால் அதனால் ஏற்படும் நஷ்டத்துக்கு நான் ஜவாப்தாரி. அத்துடன் அரசாங்க சட்டத்தின்படி தண்டனைக்கும் ஆளாவேன்." *(Richard, F.J. 1918)*

இப்பத்திரம் அடிமை ஒழிப்புச் சட்டத்திலிருந்து தப்பித்துக் கொள்ளவும், அதேநேரத்தில் அடிமைகளை வைத்திருக்க உதவும் சாதனமாகவும் அமைந்துள்ளது.

கோவை மாவட்டத்தில் வாழும் இருளர்கள் என்ற இனக்குழு மக்களைக் கவுண்டர் ஜாதி நிலப்பிரபுக்கள் இப்பத்திரங்களின் உதவியாலேயே சமவெளிகளில் உள்ள பண்ணைகளில் அடிமைகளாக வைத்திருந்தனர். இவர்களை ஆய்வு செய்த திரு. செங்கோ இது குறித்துத் தரும் செய்தி வருமாறு:

"சிறுவாணி வெள்ளிங்கிரிப் பகுதியில் கிடைத்த, 1872ஆம் ஆண்டு எழுதப்பட்டு பதிவு செய்யப்பட்ட பத்திரம் (Bond) மூன்றிலிருந்து சில விவரங்கள் தெரிய வருகின்றன. சுக்குனி மகன் குப்பன் என்ற இருளன் ஒரு கவுண்டரிடம் ரூ. 35 வாங்கிக் கொண்டதாகவும், அந்தத் தொகையைச் சித்திரை மாதம் காலாவதியில் செலுத்துவதாகவும் அதுவரை கவுண்டரின் பண்ணையத்தில் பண்ணை அடிமையாக இருந்து அந்தப் பகுதி கரைவழி வகைப்படி கூலி வாங்கி வருவதாகவும் அவன் எழுதிக் கொடுத்திருக்கிறான். மேலும் வேலைக்கு ஓடி ஒளிந்தால் அந்த நஷ்டத்துக்கு நானே ஜவாப்தாரி என்றும் அந்தப் பத்திரத்தில் குறிப்பிட்டுள்ளான்.

"இந்தப் பத்திரம் எழுதப்பட்ட காலம் தென்னிந்தியா முழுவதும் கடுமையான பஞ்சம் நிலவியகாலம் என்பதை வைத்துப் பார்க்கிறபோது, அப்போது குடியானவ ஜனங்களே கூட ஐந்து ரூபாய்க்கு அடமானம், ஈடு என்று பொறுப்புக்காட்டி தொகையைப் பெற்றிருக்கும்போது ஒரு சுக்குனி மகன் குப்பனுக்கு சொந்த ஜாமீனில் ரூ. 35 தரப்பட்டிருப்பது நமக்கு ஆச்சரியத்தை ஏற்படுத்துகிறது. இது ஒரு விஷயம்.

"மறுபுறம், இந்தக் காட்டுக் குப்பன் ரூ. 35 பெற்றுக்கொண் டிருப்பதாகக் குறிப்பிட்டு இருப்பது அந்தக் காலத்தில் (1872 வாக்கில்) நடக்க முடியாத காரியம்; ஏனென்றால் இந்த ரூ. 35க்கு அதே ஆண்டின் மற்ற பத்திரங்களின்படி ஒரு காணிக்கும் அதிகமான பரப்புள்ள வயலை வாங்க முடியும், எனவே, இந்தத் தொகை குப்பன் மீது சுமத்தப்பட்டு அவனைப் பண்ணையத்தில் ஈடுபடுத்தி அவனுடைய உழைப்பைச் சுரண்டுவதற்கான ஏற்பாடாக இந்தப் பத்திரம் உள்ளது.

'இந்தப் பத்திரத்தின் மூலமான மிகக் குறிப்பான விஷயம் என்னவென்றால் அன்று மலை ஜாதியினர் பண்ணையத்தை விட்டு ஓடிவிடுவது மாமூலாக இருந்ததால், இவர்களைச்

சட்டபூர்வமாகக் கட்டுப்படுத்தி பண்ணையத்தில் இருத்தி வைக்கவே இந்த ஒப்பந்த சாசனம் தயாரிக்கப்பட்டிருக்கிறது. கூடவே அன்று உழைப்பதற்கு மக்கள் கிடைக்கவில்லை என்றிருந்த பரவலான நிலைமையையும் இந்தப் பத்திரம் காட்டுகிறது.

அடி உதை உதவாத இடங்களில் விக்டோரியா ராணியின் தலை போட்ட பத்திரத்தாள்கள் (Bond Papers) உதவிக்கு அழைக்கப்பட்டிருக்கின்றன. (செங்கோ 1979: 152–153)

அடிமைமுறை நிலவிய காலத்தில் வழக்கிலிருந்த படியான்முறை அடிமையொழிப்புச் சட்டத்திற்குப் பின்னர் அச்சட்டத்தின் பிடியிலிருந்து நிலக்கிழார்கள் தப்பித்துக் கொள்ள உதவியது. விலைக்கு வாங்கப்பட்ட அல்லது பரம்பரையாக இருந்து வந்த அடிமைகளின் பணியினை படியாட்களும் பண்ணையாட்களும் செய்து வந்தனர். இவர்களின் வாழ்க்கை நிலை அடிமை வாழ்க்கை நிலையை விட எந்த வகையிலும் மாறுபட்டதல்ல.

வறுமைப்பிடியில் சிக்கித்தவித்த உழைக்கும் மக்கள் படியாள் பத்திரம் எழுதிக் கொடுத்து அடிமைகளாக மாறினர். இத்தகைய படியாள் பத்திரங்களின் ஆங்கில மொழி பெயர்ப்புகள் சென்னை மாநில வருவாய் அறிக்கைகளில் (Madras Revenue Proceedings) இடம் பெற்றுள்ளன. 19ஆம் நூற்றாண்டில் கூட இம்முறை வழக்கிலிருந்ததை இப்பத்திரங்கள் வாயிலாக அறிகிறோம் (Manickam, S. 1982: 53–59).

தஞ்சை பண்ணையாள் முறை

'வான் பொய்ப்பினும் தான் பொய்யாக் குலக்கொடியாய்" காவிரியாறு பாய்ந்துகொண்டிருந்த தஞ்சையின் வளமான நஞ்செய் நிலப்பகுதிகளில் பண்ணையாள் முறை என்ற பெயரில் ஒருவகையான அடிமைமுறை நடைமுறையில் இருந்தது. ஆங்கில அரசின் அடிமை ஒழிப்புச் சட்டம் இதை எந்த வகையிலும் பாதிக்கவில்லை, உயர்ந்த கோபுரங்களுடன் சோழர்கள் கட்டிவைத்த கோவில்களின் அறங்காவலர்களாக விளங்கி 'அன்பே சிவம்' என்று கூறிக்கொண்டு, இசைவாணர்களையும் சதிராடும் கலைஞர்களையும் பேணி, பக்தியையும் கலையையும் வளர்ப்பவர்களாகக் காட்சி தந்த தஞ்சை மிராசுதாரர்கள் (பண்ணையார்கள்) தம் பண்ணையாட்களை எப்படி நடத்தினார்கள் என்பதை இன்றையத் தலைமுறையினர் அறிந்து கொள்வது அவசியமான ஒன்று. இவை எப்போதோ மன்னர்

ஆட்சிக் காலத்தில் நடந்த நிகழ்வுகளல்ல. இருபதாம் நூற்றாண்டின் நடுப்பகுதிவரை நிகழ்ந்த நிகழ்வுகள் தான்.

தஞ்சை மாவட்டப் பண்ணையார்களின் நிலங்களில் பண்ணையாள் என்ற பெயரில் உழைக்கும் மக்கள் பட்ட அவலத்தை கோ. வீரையன் (1998: 110 – 12) குறிப்பிடுவது வருமாறு:

> இவர்களின் முன்னோர்கள் வாங்கிய கடனுக்கு புரோ நோட் எழுதிக் கொடுத்துவிட்டு 'சுகந்தை' என்ற பெயருடன் வேலை செய்து வந்தார்கள். ஒரு மிராசுதாரிடம் வேலை செய்யும் பண்ணையாள் அந்த மிராசுதாரின் இடத்தில்தான் குடிசை போட்டுக் குடியிருக்க வேண்டும். வேறொரு இடத்திற்குப் போகக் கூடாது. அப்படிப் போய்விட்டால் அந்த குடியிருக்கும் குடிசை இடித்துத் தரைமட்டமாக்கப்படும்.
>
> உடம்பு சரியில்லை என்று தவறி ஒருநாள் அவன் வேலைக்கு வராமல் இருந்து விட்டால், அவன் உடனே அழைத்து வரப்பட்டு சாட்டையால் அடிக்கப்படுவான். அதோடு அவன் செய்த இந்த 'மா பாதக' செயலுக்காக, உடல்நிலை சரியில்லை என்று வேலைக்கு வராமல் இருந்ததற்காக, மாட்டுச் சாணத்தை தண்ணீரில் கரைத்து அவனுக்கு கொடுக்கப்படும்.[13] அதை அவன் குடிக்க வேண்டும். இத்தகைய கொடுந் தண்டனைகளைத் தாங்கிக்கொண்டு, அவன் வேலை செய்ய வேண்டும்.
>
> கோழி கூப்பிடும் நேரத்திற்கு ஆண்டை வீட்டுக்கு வந்து, இரவு கொசுக்கடி ஆரம்பித்த பிறகுதான் அவன் வீடு திரும்ப வேண்டும், இந்த வேலைக்கு அவனுக்கு தினக்கூலி 3 சின்னபடி நெல், ஒரு அணா காசு. மதியம் சோறு போட்டால் அதற்காகக் கூலியில் ஒரு சின்ன படி நெல் பிடிக்கப்படும். அவன் சோறு சாப்பிட்டால், அதை அவன் இலை போட்டுச் சாப்பிடக் கூடாது. பித்தளைப் பாத்திரத்தில் சாப்பிடக் கூடாது. பழையகால சிறைக் கைதிகளுக்குத் தருவதுபோல், மண்ணாலான மல்லை சட்டியில்தான்* சாப்பிட வேண்டும். அதுதான் பண்ணையாள் சாப்பிடும் பாத்திரம். அது இல்லாவிட்டால், இரும்பு மரக்காலில் அவனுக்குச் சோறு போடப்படும். அவன் மனைவியும், பிள்ளைகளும் மிராசுதார் வீட்டு வேலைகளைச் செய்யவேண்டும். மாடு மேய்க்க வேண்டும். பிள்ளைகளைப் படிக்கவைக்க முடியாது, படிக்க வைக்கக் கூடாது.

---

* மல்லை சட்டி – கப்பறை என்றும் கூறுவர். இது பெரும்பாலும் பிச்சை எடுப்பவர்களால் பயன்படுத்தப்படும்.

பண்ணையாள் வீட்டில் எரிக்கும் அடுப்புச் சாம்பலும் உரமாகச் சேர்த்து வைக்கப்பட்டு மிராசுதார் நிலத்திற்கு எந்த விலையும் இல்லாமல் கொடுக்க வேண்டும். பண்ணையாளின் வீட்டுக் கூரையை மூடிவைக்கக் கொல்லையில் பரங்கி, பூசணி செடி போட்டு கூரை மேல் விட்டு ஆறு மாதம் அந்த நிழலில் அவன் வாழ்வான். அதுதான் அவனுக்குச் சொந்தம். அதில் காய்க்கும் காய்கள் முழுவதையும் மிராசுதார் வீட்டுக்குக் கொடுத்து விட வேண்டும். வயலில் மேயும் நண்டும் நத்தையும்தான் அவன் காய்கறிகள். தனது பிள்ளைக்கோ, பெண்ணுக்கோ திருமணம் செய்ய வேண்டும் என்றால், மிராசுதார் அனுமதி இல்லாமல் செய்ய முடியாது. இந்த ஆண்டு திருமணம் வேண்டாம் என்று மிராசுதார் கூறிவிட்டால் அதைத் தாண்டி திருமணம் செய்ய முடியாது, செய்யக்கூடாது.

பண்ணை அடிமைகளாக இருந்தவர்களில் பெரும் பகுதியினர் ஜாதியில் தாழ்த்தப்பட்டவர்களாக இருந்ததால், ஜாதியக் கொடுமை கொடூரமாக இருந்தது. மேல் ஜாதிக்காரர்கள் தெருவில் மிராசுதார்கள் வீட்டிற்கே யானாலும் வண்டி ஓட்டிச் சென்றால், தெருவில் வரும்போது, கீழே இறங்கி வண்டிக்கு முன்னால் நடந்தேதான் வண்டியை இழுத்துச் செல்ல வேண்டும். அக்ரகாரத்தின் பக்கம் அடிகூட வைக்க முடியாது. இடுப்பில் வேட்டி கட்டக் கூடாது. கோவணத்துடன் தான் இருக்க வேண்டும். ஆண்டிற்கு ஒருமுறை தீபாவளியன்று ஆண்டை எடுத்துக் கொடுக்கும் ஒரு வேட்டியுடன் தான் அடுத்த ஆண்டு வரை இருக்க வேண்டும். அதையும் தலையில்தான் கட்டிக் கொள்ள வேண்டும். மேலே சட்டை போட்டுக் கொள்ளக் கூடாது. அதேபோல் பண்ணையாள் மனைவியும் இரவிக்கை போடக் கூடாது. சேலையை முழங்கால் அளவிற்குத்தான் கட்ட வேண்டும். முழங்காலுக்கும் கீழே வரும்படி சேலை கட்டக் கூடாது. அந்தப் பெண் நல்ல உடற்கட்டுடன் இருந்து விட்டால்போதும் மிராசுதார்களின் இச்சைக்கும் இணங்கியாக வேண்டும். தனது கணவனைக் கட்டி வைத்து அடித்தாலும் மனைவியோ, பிள்ளைகளோ எதிரில் நின்றாலும், ‘அடிக்கிறார்களே’ என்று வாய்விட்டு அழக் கூடாது. வாயிருந்தும் ஊமைகளாய் இருக்க வேண்டும், அதேபோல் பண்ணையாள் மனைவியையோ, பிள்ளைகளையோ அடித்தாலும் அவன் கண் இருந்தும் குருடனாகவே இருக்க வேண்டும். ஆண்டையோ அவர் உத்தரவின் பேரில் அவர் ஏஜண்டோ அடிக்கும்போது

கூட வலி தாங்காது ஐயோ என்று கத்தக் கூடாது. ஐயா என்றுதான் கத்த வேண்டும்.

இந்தக் கொடுமைகள் தாளாது தங்களின் குடும்பங்களையும் விட்டுவிட்டு பர்மாவிற்கும், மலேயாவிற்கும், இலங்கைக்கும் ஓடிய பண்ணை அடிமைகளும் குத்தகை அடிமைகளும் ஏராளம்.

இப்பண்ணையடிமைகள் தஞ்சை மாவட்டத்தில் எத்தகைய கொடுமையான தண்டனைகளுக்கு ஆளானார்கள் என்பதனை சோமுசுப்பையா பின்வருமாறு குறிப்பிடுவார்:

“பண்ணையார்கள் வீடுகளின் முகப்பில் எப்பொதுமே தொங்கிக் கொண்டிருக்கும் திரிக்கைவால் சவுக்கை எடுத்து மயக்கம் வரும் அளவிற்கு அடிப்பார்கள். மயங்கி கீழே விழுந்த பிறகும் அவர்கள் விடுவதில்லை, மாட்டுச் சாணத்தை கரைத்து மாட்டுக்கு மருந்து புகட்டும் மூங்கில் கொட்டத்தில் நிரப்பி சாணிப்பாலை பருகிடச் செய்வார்கள்.

சவுக்கடியால் உடம்பில் கசிந்து வழியும் செங்குருதியும் அதனால் ஏற்படும் வேதனையும் சாணிப்பாலைப் பருகுவது தவிர வேறு வழியில்லாமல் செய்துவிடும். அப்படியே அவன் மறுத்தாலும் மீண்டும் சவுக்கடி விழும். இது மட்டுமா? கொக்குப் பிடிக்கும் தண்டனையும் அந்த மனிதாபிமானிகள் மண்ணின் மைந்தர்களுக்குக் கொடுக்கத் தவறுவதில்லை. கொக்குப் பிடிப்பது என்றால் என்ன? இது யாருக்கும் புரியாத தண்டனைதான். ஒரு காலைத் தூக்கிக் கொண்டு சுடுமணலில் நெடுநேரம் நிற்கவேண்டும்.

கால்களுக்குக் கிட்டிப்போடும் தண்டனையும் அளித்தார்கள். ரத்தநாளங்கள் விண்விண் என்று நெறிக்க வலி பொறுக்க மாட்டாமல் மரம் வெட்டி சாய்ந்தது போல் கீழே விழும் காட்சியைக் கண்டு அந்த நிலப்பிரபுக்கள் வாய்விட்டுச் சிரிப்பார்கள். இன்னும் எத்தனைக் கொடுமைகள்? ஒரு மரக்கிளையில் அந்த உழைக்கும் மகனைத் தொங்கச் செய்து தரையில் கத்தாழை முள்ளையும், எழுத்தாணியையும் கீழே பரப்பிவைப்பார்கள். தொங்குகின்ற அந்த மனிதன் வலி பொறுக்கமாட்டாமல் கையைவிட்டால் கீழே பரப்பியுள்ள முள்ளாலும் எழுத்தாணியாலும் குத்தப்படுவான்.

இவை மட்டும் தானோ?

உழைக்கும் வர்க்கத்தை உருவாக்கிடும் பெண்ணினத்தை பண்ணையடிமைகளான தாழ்த்தப்பட்ட குலத்தின்

தாயை எவ்வளவு மோசமாக நடத்தினார்கள். எத்தகைய கொடுமையான தண்டனை அளித்தார்கள் என்பதைச் சொல்வதற்கே வெட்கமாக இருக்கிறது. அந்தத் தாயின் மார்பகத்தைக் கிட்டியால் முறுக்கி கசக்கிப்பிழிந்து ரத்தச் சேறாக்கி வேதனையில் அலறித்துடிக்கச் செய்யும் அலங்கோலத்தைக் கண்டு ரசித்தார்கள்.

சாட்டையடி, சாணிப்பால், கிட்டிபோடுதல், கொக்குப்பிடித்தல் என்னும் தண்டனைகளை மட்டுமன்றி ஒவ்வொரு பண்ணையார்களும் தங்கள் விருப்பத்திற்கேற்ப சற்று வேறுபாடான தண்டனைகளையும் வழங்கி வந்தனர். தஞ்சை மாவட்டத்தில் நிகழ்த்திய கள ஆய்வின் அடிப்படையில் இரண்யன், சிவராமன் ஆகிய இரு பொதுவுடைமை இயக்கத் தோழர்களின் வாழ்க்கை வரலாற்றை எழுதிய சுபாஷ் சந்திரபோஸ் (1999:53) இத்தண்டனை முறைகுறித்து எழுதியுள்ளது வருமாறு:

> "வயிற்றுப் பசியினால் வாடிப்போகும் சேரிப்பெண்களின் சேலைத்துணி எவ்வளவுதான் எடுத்துச் சொருகிக் கொண்டாலும் அடிக்கடி முழங்காலுக்கு கீழே வந்துவிடும். 'என்னடி திமிரா சேலயத் தழயத் தழய கட்டுறே' என்று சொல்லி காருவாரியை* விட்டு அடிக்கச் சொல்வார். சொறிபிடித்தவன் கையைப் போன்று இருக்கும் காருவாரிக்குப் பண்ணையார் சொல்வது சக்கரை பொங்கல் சாப்பிடுவதுபோல் இருக்கும்.
>
> அடியை வாங்கும்போது காலை அந்தப் பக்கம் இந்தப்பக்கம் நகர்த்தாமல் அப்படியே நிற்க வேண்டும். நகர்த்தினால் இன்னும் தண்டனை அதிகமாகும்.

இத்தகைய ஒடுக்குமுறைக்கெதிராக, கம்யூனிஸ்ட் கட்சி நடத்திய போராட்டத்தினால் சேலையைக் கணுக்கால்வரை கட்டும் உரிமை கிடைத்தது. மணலி என்ற கிராமத்தில் இவ்வுரிமையைப் பெற்ற பெண்கள், அவ்வூரைச் சேர்ந்தவரும் தமிழ்நாடு கம்யூனிஸ்ட் கட்சியின் தொடக்ககாலத் தலைவர்களுள் ஒருவருமான மணலி சி. கந்தசாமி இவ்வுரிமைக்காகப் போராடியதை நன்றியுடன் நினைவுகூர்ந்து

> முழங்கால் வரை இருந்த சேலையை
> கணுக்கால் வரை இழுத்து விட்டது யாரு? – அது
> மணலி கந்தசாமி என்றுகூறு

என்று பாடி மகிழ்ந்துள்ளனர் (தகவல்: முனைவர், மணலி ச.சோமசுந்தரம், பிஷப் ஹீபர் கல்லூரி, திருச்சி).

---

* கார்வார், காருவாரி – மேற்பார்வையாளரைக் குறிக்கும் சொல். இன்றும் சில சைவ மடங்களில் இப்பதவி உள்ளது.

சிக்கலாந்தி ஐயர் என்ற பண்ணையார் வண்டியில் வரும்போது யாரும் அந்த வழியில் வரக்கூடாது. வண்டி மாட்டின் 'மணிச்சத்தம் கேட்டவுடன் பாதையில் வருபவர்கள் விழுந்தடித்துக் கொண்டு வயல் வரப்புப் பக்கம் ஓடிவிட வேண்டும். தவறினால் சாட்டையடி கிடைக்கும் *(மேலது 122).* இத்தண்டனைகளுடன் பண்ணையார்கள் நின்றுவிடவில்லை. அவர்கள் வழங்கிய பிற தண்டனைகள் வருமாறு:

> புருசன் ஏதோ தவறு செய்கிறான் அல்லது தவறு செய்ததாகப் பண்ணையார் நினைத்துக்கொள்கிறார். உடனடியாக அவனைப் பிடித்துக் கட்டுவார்கள். அவன் பெண்டாட்டி உடனடியாக வரவழைக்கப்படுவாள். கலயத்தைக் கொடுத்து அதில் அவள் சிறுநீரைப் பெய்து வரச் சொல்வார்கள். சூடு ஆறுவதற்குள் அவன் அதைக் குடித்தாக வேண்டும். குடிக்க மறுத்தால் மயங்கும் வரை அடித்து, 'தண்ணீ. தண்ணீ' என்று முனகும்போது அந்தச் சிறு நீரைக் கொடுத்துக் குடிக்கச் சொல்வார்கள். இப்படிச் செய்வது ஒரு பண்ணையின் வழக்கம்.
>
> இன்னொரு பண்ணையில் ஆளைப் பிடித்து வருவார்கள். அவன் சற்றும் எதிர் பார்த்து இருக்கமாட்டான். மண்டையில் முகத்தடியால் ஒரே அடிதான். சாமிக் கிடாயை ஒரே வெட்டில் வீழ்த்த வேண்டும் என்பதைப்போல ஒரே அடியில் மூளை சிதறி வெளியே வர வேண்டும். நூற்றுக்கணக்கான குழிகள் தென்னம்பிள்ளை போடுவது என்ற பெயரில் வெட்டிக் கிடக்கும். இழுத்துக் கொண்டு போய் உள்ளே தள்ளித் தென்னம்பிள்ளையும் போட்டு விடுவார்கள்.
>
> பண்ணை ஆளை அடித்துக் கொல்வார்கள், உடனடியாகக் கசாப்புக் கடையில் ஆடு கழித்து எடுக்கப்படுவதைப் போலக் கண்டந்துண்டமாக வெட்டுவார்கள். வயதான மாடு ஒன்றும் சாகடிக்கப்படும் மாடு ஒன்று செத்துப் பண்ணையில் இருந்து வெளியே தூக்கி வரப்பட்டால் ஒரு ஆள் போய்விட்டான் என்று பொருளாம். இப்படிச் செய்வது வேறொரு பண்ணையின் செயல்.
>
> ஒரு பண்ணையில் ஆளைப் பிடித்துக் கட்டிப் போடுவார்கள். சூட்டுக்கோலை நன்றாகக் காயப்போட்டுப் பண்ணையாரின் தலையெழுத்தைச் சூடு போட்டு விடுவார்கள். செத்த நாயைப் போல வண்டியில் கட்டிப் பாதையில் இழுப்பார்கள். *(மேலது 103).*

இத்தகைய அவலம் சுதந்திரம் பெற்ற பின்னரும் சில ஆண்டுகள் நிகழ்ந்தது. இன்று இக்கொடுமைகள் இம்மாவட்டத்தில்

இல்லையென்றால் அதற்கு முக்கியகாரணம் "சாணிப்பால் கொடுக்காதே சவுக்கடி அடிக்காதே" என்ற முழக்கத்துடன் இந்தியப் பொதுவுடமைக் கட்சியினர் நடத்திய விவசாயத் தொழிலாளர் போராட்டங்களும், கடுமையான அடக்கு முறையை உறுதியுடன் எதிர்கொண்டு நின்றதுமேயாகும்.

ஒப்பந்தக் கூலிமுறை

பத்தொன்பதாம் நூற்றாண்டில் மேற்கிந்தியத் தீவுகளில் அடிமை முறை ஒழிக்கப்பட்டதும், அங்குள்ள தோட்ட முதலாளிகள் குறைந்த செலவில் தோட்டத் தொழிலாளர்களைத் தேடினர்: இலங்கை மலேசியா போன்ற அண்டை நாடுகளில் புதிதாக வளர்ந்துவந்த தேயிலை, ரப்பர் தோட்டங்களில் பணிபுரிய ஏராளமான தொழிலாளர்கள் வெள்ளை முதலாளிகளுக்குத் தேவைப்பட்டனர். இதனால் ஆட்களைக் கடத்திச்சென்று ஒப்பந்தக் கூலிகளாக்கும் முறை உருவாகியது.

தஞ்சை மாவட்ட ஆட்சித் தலைவரான காட்டன், தன் மாவட்டத்திலிருந்து குழந்தைகள் கடத்தப்பட்டுத் தோட்டத் தொழிலாளர்களாகக் கடல் கடந்த நாடுகளுக்கு விற்கப்படுவதாக 1825இல் சென்னை அரசாங்கத்திற்கு அறிவித்துள்ளார். நன்கு சோதிக்கப்பட்ட பின்னரே துறைமுகத்திலிருந்து செல்லும் சான்றிதழ், கப்பல்களுக்கு வழங்கப்பட வேண்டுமென்று துறைமுக அதிகாரிகளிடம் அவர் அறிவுறுத்தியிருந்தார் (*Paramartha Lingam*, 1995: 147).

அடிமை ஒழிப்புச்சட்டம் நிறைவேறுவதற்கு முன்னரே தமிழகத்திலிருந்து ஒப்பந்தக் கூலிகளாக உழைக்கும் மக்கள் சென்றனர். 1883இல் இலங்கைக்கு 2432 பேர் ஒப்பந்தக் கூலியாகச் சென்றனர். இதிலிருந்து இரண்டாண்டுகள் கழித்து, ஒப்பந்தத்தை மீறித் தாயகத்திற்கு வரும் தொழிலாளர்கள் மீது கிரிமினல் நடவடிக்கை எடுக்கும் உரிமையினைத் தோட்ட முதலாளிகளுக்கு அளிக்கும் சட்டம் நிறைவேற்றப்பட்டது. 1843–1867 ஆண்டுகளுக்கிடையில் 14, 46, 407 தொழிலாளர்கள் இலங்கைக்குச் சென்றார்கள். (*Dharma Kumar* 1965).

ஒரு குறிப்பிட்ட காலத்திற்கு மலைத் தோட்டங்களில் கூலியாகப் பணியாற்றுவதாக ஒப்புக்கொண்டு எழுதிக்கொடுக்கும் ஒப்பந்தப் பத்திரம் ஒருவனின் சுயேச்சை வாழ்வைக் குலைத்து அவனை அடிமையாக்கும் அடிமைப்பத்திரமாகும். தோட்ட முதலாளிகளின் கொடிய அடக்குமுறையினையும் சுரண்டலையும் சகித்துக் கொள்ள வேண்டிய நிர்ப்பந்தம் இப்பத்திரத்தின் மூலம் ஏற்பட்டது. ஏனெனில் இவற்றிலிருந்து தப்பிக்க இரண்டு

வழிகள் தான் அவனுக்கிருந்தன. ஒன்று கொடுமையை எதிர்த்துப் போராடுவது மற்றொன்று அங்கிருந்து தப்பியோடிவருவது. தொழிற்சங்க இயக்கம் வேரூன்றாத ஒருபிற்போக்கான சூழ்நிலையில் உரிமைகளுக்கான போராட்டம் என்பது அன்று சாத்தியமில்லை.

தப்பி ஓடி வந்தால் ஒப்பந்தம் மீறிய குற்றத்திற்காக தோட்ட முதலாளிகள் கொடுக்கும் புகாரின் அடிப்படையில் போலீஸ் அவனைக்கைது செய்து தோட்ட முதலாளிகளிடம் ஒப்படைத்துவிடும் இவ்வாறு புதிய அடிமைகள் ஆங்கிலத் தோட்ட முதலாளிகளால் உருவாக்கப்பட்டனர்.

9

தமிழக அடிமைமுறையின் தன்மை

இதுவரை சங்ககாலத்திலிருந்து ஆங்கிலேயர் காலம் வரை அடிமைகள் இருந்து வந்ததை இலக்கியம் மற்றும் வரலாற்றுச் சான்றுகள் வாயிலாக அறிந்தோம்.

இனி இச்செய்திகளின் அடிப்படையில் தமிழகத்தில் அடிமைச் சமுதாயம் *(Slave Society)* அல்லது அடிமை உற்பத்திமுறை நிலவியதா என்பதை ஆராய்வோம்.

இதன் முதல் படியாக ஒவ்வொரு காலக் கட்டத்திலும் தமிழகத்தில் நிலவிய உற்பத்தி முறையின் *(Mode of Material production)* இயல்பினை அறிய வேண்டும். சங்ககாலச் சமுதாயத்தைச் சித்தரிக்கும் சங்க இலக்கியங்களும் தொல்காப்பியமும் ஐவகை நிலப் பிரிவுகளைப் பற்றிப் பேசுகின்றன. இந்நிலப் பிரிவுகள் இலக்கிய ரீதியாக உருவாக்கப்பட்ட ஒரு கற்பனைப் படைப்பு என்று கொள்ள முடியாது. அக்காலச் சமூகத்தின் அமைப்பு முறையினைப் பிரதிபலிக்கும் தன்மையிலேயே இப்பிரிவுகள் அமைந்துள்ளன. இது குறித்து கா. சிவத்தம்பி *(1071)* "திணைக் கோட்பாட்டின் சமுக உள்ளடக்கம்" என்ற கட்டுரையில் விரிவாக ஆராய்ந்துள்ளார்.

இனக்குழு வாழ்க்கையினைக் குறிஞ்சித்திணை யும், மேய்ச்சல் நில வாழ்க்கையினை முல்லைத்திணை யும், உணவுப் பொருட்களை உற்பத்தி செய்யும் உழு

தொழில் புரிந்து வாழும் வாழ்க்கை நிலையினை மருதத்திணையும், மீன் பிடித்தும் ஏற்றுமதி இறக்குமதி வாணிபத்தில் ஈடுபட்டும் வாழும் வாழ்கை நிலையினை நெய்தல் திணையும் சித்தரிக்கின்றன. இத்தொழில்கள் எதனையும் செய்ய இயலாத புவியியல் சூழலில் வழிப்பறி செய்து வாழ்க்கை நடத்தும். நிலையினைப் பாலைத்திணை காட்டுகிறது. இத்திணைப் பாகுபாடுகளில் மருதத்திணை, பொருள் உற்பத்தி செய்து வாழும் வாழ்க்கை நிலையினைச் சுட்டுகின்றது. மருதத்தில் நிலவுடமையாளர்களும் நிலத்தில் பாடுபடும் வினையாளர்கள் எனப்படும் விவசாயக்கூலிகளும் காணப்படுகிறார்கள். ஓரளவு உபரி உற்பத்தி இங்கு தோன்றி யுள்ளதையும் அறிகிறோம்.

நெய்தல் நிலத் துறைமுகப் பட்டினங்களில் நிகழ்ந்த ஏற்றுமதி இறக்குமதிகளை சங்க இலக்கியங்கள் குறிப்பிடுகின்றன. இச்செய்திகளை உற்று நோக்கும் பொழுது ஏற்றுமதி செய்யப்பட்ட பொருள்கள் மிளகு, அகில், சந்தனம், முத்து போன்ற சேகரிக்கப் பட்ட பொருள்களே. தவிர உற்பத்தி செய்யப்பட்ட பொருட்களல்ல.

அதே நேரத்தில் இறக்குமதி செய்யப்பட்ட பாவை விளக்குகள், ஓதிம விளக்குகள், பீங்கான் பாத்திரங்கள், திராட்சை மது போன்ற பொருட்கள் தொழிற்கூடங்களில் உற்பத்தி செய்யப்பட்டன என்பதனையும் நோக்க வேண்டும்.

ஏற்றுமதி, இறக்குமதிப் பொருள்களின் இவ்வியல்பு உபரி உற்பத்தி என்ற முறையில் பட்டறைப் பொருட்கள் எதுவும் நம்மிடை உற்பத்தியாகவில்லை என்பதனை உணர்த்துகின்றன. கொல்லர் தச்சர், நெசவாளர் போன்ற கைவினைஞர்களைக் குறித்தும், கரும்பிலிருந்து வெல்லம் தயாரிக்கும் கரும்பாலைகள் குறித்தும் சங்க இலக்கியங்களில் குறிப்புகள் காணப்படுகின்றன என்பது உண்மையே. ஆனால் ஒரே காலக்கட்டத்தில் இனக்குழு வாழ்க்கை, மேய்ச்சல் நில வாழ்க்கை, உணவு உற்பத்தி செய்யும் நிலைத்த வாழ்க்கை என்ற மூன்று வகை வாழ்க்கை முறைகளும் நிலவி வந்துள்ளதை நாம் கவனிக்க வேண்டும். இத்தகைய நிலையினையே கா. சிவத்தம்பி அசமத்துவ வளர்ச்சி (*Uneven Development*) என்று குறிப்பிடுவார். இதன் காரணமாகத் தமிழகத்தின் மிகச் சுருங்கிய பகுதியே பொருள் உற்பத்தி செய்யும் நிலைமையிலிருந்து. இதனால் உபரி உற்பத்திக்கு அதிக வாய்ப்பில்லை. தற்போது கீழடி, பொருந்தல் ஆகிய ஊர்களில் நிகழ்ந்த அகழ்வாராய்ச்சிகள் இக்கருத்தை மறுவாசிப்புச் செய்யத் தூண்டுகின்றன.

இதன் காரணமாக அதிக எண்ணிக்கையில் அடிமைகளைப் பயன்படுத்தும் வாய்ப்பு சங்க காலத்தில் ஏற்பட வழியில்லாமல்

போயிற்று. கிடைத்துள்ள சான்றுகளும் வீடுகளிலும் கோவில் களிலும், அடிமைகள் இருந்ததையே குறிப்பிடுகின்றன.

சோழர் காலத்திய நிலவுடமை முறை சங்ககாலத்தை விட வளர்ச்சியடைந்திருந்தது. இதனால் சங்ககாலத்தை விட உபரிஉற்பத்தி அதிகம் என்று கூறலாம். முக்கிய உற்பத்திச் சாதனமாக விளங்கிய நிலத்தில் அடிமைகளின் உழைப்பு பயன்படுத்தப்பட்டது.

நிலவுடமைச் சமூக அமைப்பு சோழர்காலத்தில் நன்கு வேர்விட்டுத் தழைத்திருந்தது. அடிப்படை உற்பத்திச் சாதனமான நிலத்தின் மீது பிராமணர்களும் வேளாளர்களும் ஆதிக்கம் செலுத்தி வந்தனர். இவர்களுடன் கோவிலும் இணைந்து கொண்டது. இது குறித்து செண்பக லெட்சுமி *(1999: 42)* கூறும் கருத்து வருமாறு:

> *பிரம்மதேசம், கோயில் என்ற இரண்டையும் மையமாகக் கொண்டு நில உறவு உருவாகியது. பிராமணர்கள், வெள்ளாளர்கள் என்ற இரு சாதியினருடன் கோவிலும் சேர்ந்து கொண்டு நிலங்களின் மீது ஆதிக்கம் செலுத்தியது. இதனால் ஒரு தலத்தின் மேட்டிமை சக்தியாக கோவில் உருப்பெற்றது.*
>
> *வருணக் கட்டமைப்பை அடிப்படையாகக் கொண்டிருந்த சமூக அமைப்பானது, பிராமணர், பிராமணர் அல்லாதார் என்ற இரு பரந்த வகைமைகளில் வெளிப்பட்டது. பெரும்பாலான தொழிற்பிரிவினர் கோவிலை மைய மாகக் கொண்ட சடங்கியல் அதிகாரப் படிநிலையில் வைக்கப்பட்டிருந்தனர். “தூய்மை”, “தீட்டு” என்ற இரு கருத்தியல்கள் எல்லா நிலைகளிலும் செயல்பட்டன. இதன் வாயிலாக, தீண்டத் தகாதவர்களை கோவிலுக்கு வெளியில் வைத்திருந்தனர்....... மத்தியகால இந்தியாவின் முற்பகுதியில் வளர்ந்து வந்த பொருளாதார ஏற்றத்தாழ்வுகள் பரந்த அளவிலான பிராமணியச் சிந்தனைகள் ஆகிய வற்றின் விளைவாக, பறையர் போன்ற இனக்குழுவினர் தென்னிந்தியாவில் அடிமைகளானார்கள்.*

இக்கருத்தின் பின்புலத்தில் நோக்கினால் தமிழ்ச்சமூகத்தில் தோன்றிய பொருளாதார ஏற்றத் தாழ்வுகள் அடிமைகளை உருவாக்க, பிராமணியம், அடிமைகளைத் தீண்டத்தகாதவர் களாக மெல்ல மெல்ல மாற்றியது எனலாம். இந்த இடத்தில் ஐரோப்பிய அடிமைமுறையுடன் தமிழக அடிமை முறையை ஒப்பிட்டுப் பார்ப்பது பொருத்தமாக இருக்கும். இந்நூலின் தொடக்கத்தில் குறிப்பிட்டதுபோல் ஐரோப்பிய அடிமைகள்

கொடூரமாக நடத்தப்பட்டாலும் தீண்டத்தகாதவர்களாக அவர்கள் நடத்தப்படவில்லை. ஆனால் தமிழக அடிமைகளில் பலர் தீண்டாமை என்ற கொடுமைக்கு ஆளாயினர் என்பதை "தீண்டா அடிமை" என்ற சொல் வெளிப்படுத்துகிறது.

இந்திய அடிமை முறையானது ஐரோப்பிய அடிமை முறையைவிட மோசமானதாக இருந்தது. இந்திய அடிமை முறையைப் போன்றே தமிழக அடிமைமுறையும் இருந்தது. ஒருவகையில் அடிமை குறித்த மனுவின் விதிமுறைகளைவிட இறுக்கமான முறையாகத் தமிழக அடிமைமுறை இருந்துள்ளது. ஒரு பிராமணன் மற்றொரு பிராமணனுக்கு அடிமையாகலாம் என்பது மனுவின் கூற்று. ஆனால் சோழர் காலத்திய பெரிய புராணத்தில் அந்தணர் மற்றொரு அந்தணருக்கு. அடிமையாக முடியாது என்ற வாதம் முன்வைக்கப்படுகிறது.

குயவர், உவச்சர், நெசவாளர், நாவிதர் ஆகியோர் அடிமை களை வைத்துக்கொள்ளக் கூடாது என்ற கட்டுப்பாட்டை இரண்டாம் ராஜராஜனின் பதினான்காம் ஆட்சியாண்டுக் கல்வெட்டுக் குறிப்பிடுகிறது. *(திருமலை 1987; 183, 72, 75)* சூத்திரர்கள் பிற சூத்திரர்களை அடிமைகளாக வைத்துக்கொள்ளலாம் என்ற மனுவின் கருத்துக்கு இது மாறானது.

மேலே குறிப்பிட்ட நான்கு சாதியினரில் உவச்சர், நாவிதர் நீங்கலாக குயவர், நெசவாளர் ஆகிய இருபிரிவினரும் உற்பத்தியில் ஈடுபட்டவர்கள். இத்தகைய தடையின் வாயிலாகக் குயவரிடமும், நெசவாளரிடமும் உபரி உற்பத்தி ஏற்படாமல் ஊர்ச்சபை பார்த்துக்கொண்டது. ஏனெனில் உபரி உற்பத்தி யானது உற்பத்தியாளனின் சமூக மேம்பாட்டிற்கு உறுதுணை யாகும் தன்மையது. தோல் கருவிகளை இயக்குவதால் உவச்சரையும் மயிர்களையும் தொழில் செய்வதால் நாவிதரையும் தீட்டுக் கருத்தியலுக்குப் பார்ப்பனியம் உள்ளாக்கியுள்ளதால் பொருளியல் நிலையில் இவ்விரு சாதியினரும் மேம்பாடு அடையாமல் பார்த்துக்கொள்ளும் வழிமுறைகளுள் ஒன்றாக அடிமை வைத்துக்கொள்ளும் உரிமை மறுக்கப்பட்டுள்ளது.

மேலும், அடிமைகள் ஏதேனும் ஒரு குறிப்பிட்ட தொழிலில் பயிற்சி பெறாதவாறு தடுக்கவும் இத்தடை பயன்பட்டுள்ளது. அதிநுட்பமான ஆற்றல் தேவைப்படாத பணிகளில் மட்டுமே அடிமைகளைப் பயன்படுத்திக்கொள்ளும் விருப்பத்தின் வெளிப்பாடாகவே இத்தடை அமைந்துள்ளது." "இம்மைப் பயன்தரும் கல்வியை சூத்திரருக்குக் கற்றுக்கொடுக்கக் கூடாது" என்பது மனுதர்மம்.

'மனுநீதி சிறக்க' ஆட்சி புரிவதே நோக்கமென்று தம் மெய்க்கீர்த்திகளில் வெளிப்படுத்திக்கொண்ட சோழர் ஆட்சியில் மேற்கூறிய மனுநீதி பின்பற்றப்பட்டுள்ளதில் வியப்பில்லை.

> இந்திய அடிமைகளில் மருத்துவர்கள், ஆசிரியர்கள் ஆகியோரைக் காண முடியாது, அரசனது பட்டறைகளில் அடிமைகள் பணிபுரிவதை கௌடல்யம் குறிப்பிடுகிறது. இதை நீக்கிவிட்டுப் பார்த்தால் கைவினைஞர்களில் அடிமைகளைக் காணமுடியாது. வேளாண்மையிலும் வீட்டு வேலையிலும் பெரும்பாலும் அடிமைகள் ஈடுபட்டனர்.

என்று கூறும் தேவராஜ் கன்னா *(1990:110)* இந்த வகையில் கிரேக்க ரோம் நாட்டு அடிமை முறையுடன் இந்திய அடிமை முறை ஒத்திருக்கவில்லை என்கிறார். கிரேக்க ரோம் நாடுகளில் உற்பத்தியில் அடிமைகளின் பங்களிப்பு மிகவும் பிரதானமாக இருந்தது. அது போன்று இந்தியப் பொருள் உற்பத்தியில் அடிமைகளின் பங்களிப்பு பிரதானமாக இருக்கவில்லை என்பது அவரது கருத்து. இது தமிழக அடிமை முறைக்கும் பொருந்தும். அம்பேத்கரும் *(1999:19)* ரோம் நாட்டு அடிமைகள் அறிவுத்துறையில் பயன்படுத்தப்பட்டதைப் பின்வருமாறு சுட்டுகிறார்.

> பெருமையாகக் காட்டிக் கொள்வதற்காகவும் உண்மையான இலக்கிய ஆர்வத்தினாலும் செல்வம் மிக்க குடும்பங்கள் தங்கள் வீடுகளில் இலக்கியத்திலும் கலைகளிலும் பயிற்சி பெற்ற அடிமைகளை வைத்திருந்தார்கள், கிளாவிஸ்ஸெஸ் சேபினஸ், தம்மிடம் ஹோமர், ஹெஸியாயிட் மற்றும் ஒன்பது கவிஞர்களின் கவிதைகளை மனப்பாடமாக ஒப்பிக்கப் பயிற்சி பெற்ற பதினொரு அடிமைகளை வைத்திருந்ததாக ஸெனெடா கூறுகிறார்.
>
> சொல்வதைக் கேட்டு எழுதுபவர்கள் சாதாரணமா யிருந்தனர். தனியார் மற்றும் பொது நூலகங்களில் நூலகர்கள் இருந்தனர் . . . பேரரசில் சுருக்கெழுத்து பரவலாகப் பயன்படுத்தப்பட்டது. இந்தப் பணிக்கென அடிமைகள் அமர்த்தப்பட்டார்கள்.

ஆனால் இந்திய மற்றும் தமிழக அடிமைகள் அறிவுசார்ந்த பணிகளில் ஈடுபடுத்தப்படவில்லை. உடல் உழைப்பாளிகளாக மட்டுமே அவர்கள் பயன்படுத்தப்பட்டார்கள்.

இந்திய நிலவுடைமை வர்க்கம் ஐரோப்பிய நிலவுடைமை வர்க்கத்தை விட மிகவும் தந்திரமாகத் தனக்குரிய வேளாண் அடிமைகளைத் தேர்ந்தெடுத்துக் கொண்டது. அடிமைகளின்

உணவு, உடை, உறையுள் ஆகியனவற்றிற்கு ஐரோப்பிய அடிமை உரிமையாளன் பொறுப்பேற்றுக் கொள்ள வேண்டியிருந்தது.

சிறிதளவு நிலத்தையும் குடியிருப்பு மனையையும் ஒருவனுக்கு வழங்கிவிட்டு அவன் உழைப்பைப் பெற்றுக்கொள்ளும் குடி ஊழிய முறையை இந்திய நிலவுடைமை உருவாக்கியிருந்தது. சாதியின் அடிப்படையில் தங்களுக்கென்று விதிக்கப்பட்ட தொழிலை இவ்வூழியக்காரர்கள் மறுக்காது செய்ய வேண்டும்.

'ஊரில் விடும் பறைத்துடைவை* உணவுரிமை யாக்கொண்டு சார்பில்வருந் தொழில் செய்வார்'

என்று திருநாளைப்போவார் புராணத்தில் (செய்யுள் 13: 1-2) சேக்கிழார் கூறுவது இதனைத்தான். அடிமை என்ற பெயரில்லாமல் சுயேச்சையாக அவர்களை வாழவிடுவதுபோல் வாழவிட்டு அவர்களைச் சுரண்டும் முறை இங்கிருந்ததால் ஐரோப்பிய அடிமைமுறை போன்ற ஓர் அடிமைமுறை இங்கு தேவையற்றுப் போயிற்று. சவுக்கு, கைவிலங்கு, கால்விலங்கு, தனி கொட்டடி ஆகியனவற்றுக்கு மாற்றாகத் தீண்டாமையும் குடி ஊழிய முறையும் விளங்கின.

வீரபாண்டியன் என்ற பாண்டிய மன்னனின் 15 ஆவது நூற்றாண்டுக் கல்வெட்டு (1433) ஒன்றில் "புறஞ்சேரியில் வாழும் தீண்டா அடிமைகள் "பிராமணர் ஒருவருக்குக் கொடைப் பொருளாக வழங்கபட்ட செய்தி இடம், பெற்றுள்ளது (தெ.இ.க. XLI:87).

இதனால் தமிழகப் பண்ணையடிமைகள் வெளித் தோற்றத்தில் ஐரோப்பிய அடிமைகளைவிட சுயேச்சைத் தன்மைமிக்கவர்களாகக் காட்சியளித்தனர். ஆனால் ஐரோப்பிய அடிமையைவிட மோசமான வாழ்க்கை நிலை இவர்களுக்கிருந்தது. தம் குடியிருப்புகளில் சுயேச்சையாக வாழும் இவர்களுக்கென்று நிலக்கிழார்கள் குறிப்பிடத்தக்க அளவில் எதுவும் செய்ய வேண்டிய தில்லை. அதே நேரத்தில் அவர்களின் உழைப்பை, விருப்பம்போல் சுரண்டிக் கொள்ளலாம். சமூக, மற்றும் பண்பாட்டுத் தடைகளின் வாயிலாக அவர்கள் முன்னேறாமல் பார்த்துக்கொள்ளலாம். அடிப்படையில் அடிமைமுறையைவிட மோசமான ஒன்றாக, தீண்டாமை என்ற ஒன்றை இந்திய மேட்டிமையினர் உருவாக்கி வைத்தனர். இது குறித்து அம்பேத்கர் (1999: 27-30) கூறும் கருத்துகள் ஆழ்ந்து நோக்க வேண்டியன:

அடிமைமுறை, சுதந்திரமான சமூக அமைப்பு அல்ல என்பதை ஒப்புக் கொள்ளத்தான் வேண்டும். ஆனால்,

---
* பறைத்துடைவை – பறையருக்கென்று விடப்பட்ட விளைநிலம்.

தீண்டாமை சுதந்திரமான சமூக அமைப்பு என்று கூற முடியுமா? தீண்டாமையை ஆதரிக்கும் இந்துக்கள், இது சுதந்திரமான சமூக அமைப்புதான் என்று கூறலாம். ஆனால் தீண்டாமைக்கும் அடிமை முறைக்கும் இடையில் உள்ள சில வேறுபாடுகள் தீண்டாமையை அடிமை முறையைவிட மோசமான சுதந்திரமற்ற சமூக அமைப்பு ஆக்கிவிடுவதை அவர்கள் மறந்துவிடுகிறார்கள். அடிமைமுறை ஒருபோதும் கட்டாயமாக்கப்படவில்லை, ஆனால் தீண்டாமை கட்டாயமானது. ஒரு மனிதன், மற்றொரு மனிதனை அடிமையாக வைத்திருப்பது அனுமதிக்கப்பட்டது. அவ்வாறு அடிமையாக வைத்திருக்க விரும்பவில்லை யென்றால் அவர்மீது கட்டாயம் எதுவும் இல்லை. ஆனால் தீண்டாதவருக்கு வேறு எந்த வழியும் இல்லை. தீண்டாதவ ராகப் பிறந்துவிட்டால் தீண்டாதவருக்கு உள்ள எல்லாத் துன்பங்களையும் அவர் அனுபவித்தேயாக வேண்டும். அடிமை முறைச் சட்டம் அடிமையை விடுதலை செய்வதை அனுமதித்தது. ஒருமுறை அடிமையாகிவிட்டால் எப்போதுமே அடிமைதான் என்ற நிலை கிடையாது. தீண்டாமையிலிருந்து தப்பிக்க வழியே கிடையாது. தீண்டாதவர் என்றால் எப்போதுமே திண்டாதவர்தான். மற்றொரு வேறுபாடு என்னவென்றால், தீண்டாமை மறைமுகமான அடிமை முறையாகும்; எனவே அது மிக மோசமான அடிமை முறையாகும். ஒரு மனிதனின் சுதந்திரத்தைத் திறந்த முறையில் நேரடியாகப் பறித்துக் கொள்வது அதைவிட மேலானது. அடிமையான மனிதன் தன்னுடைய அடிமைத்தனத்தை உணர்ந்து கொள்கிறான். அவ்வாறு உணர்வதே சுதந்திரத்தைப் பெறுவதற்கான போராட்டத்தின் முதல் படியாகும். ஆனால், ஒரு மனிதனின் சுதந்திரம் மறைமுகமாகப் பறிக்கப்பட்டால் அவன் தன்னுடைய அடிமைத்தனத்தை உணராமலிருக்கிறான். தீண்டாமை மறைமுக வடிவிலான அடிமைத்தனமாகும். தீண்டாதவரிடம் 'நீ சுதந்திரமானவன், நீ ஒரு குடிமகன், குடிமகனின் எல்லா உரிமைகளும் உனக்கு உண்டு' என்று சுடறிக்கொண்டு, அவர் இந்த இலட்சியம் எதையும் அடைய வாய்ப்புப் பெறமுடியாத வகையில் கயிற்றை இறுக்குவது கொடுமையான ஏமாற்று வேலையாகும். இது தீண்டாதோர் தங்களுடைய அடிமைத்தனத்தை உணராமலே அவர்களை அடிமையாக்குவதாகும். இது, தீண்டாமை என்றாலும் இது அடிமைத்தனமே. இது, மறைமுகமானது என்றாலும் உண்மையானது. இது, உணரப்படாமலே இருப்பதால், இது,

நீடித்து நிற்கிறது. தீண்டாமை, அடிமைமுறை ஆகிய இரண்டில் சந்தேகமில்லாமல் தீண்டாமைதான் மோசமானது.

அடிமைமுறை போன்ற சுதந்திரமில்லாத சமூக அமைப்பில் அடிமையின் உயிரையும் உடம்பையும் பராமரிக்கும் பொறுப்பு உடைமையாளரைச் சார்ந்தது. அடிமை தன்னுடைய உணவு, உடை, உறைவிடம் ஆகியவற்றைத் தேடும் பொறுப்புகள் எல்லாவற்றிலுமிருந்தும் விடுதலை பெற்றான். இவையெல்லாவற்றையும் அளிக்கவேண்டியது உடைமையாளரின் பொறுப்பாயிற்று. அடிமை, தனக்கு ஆகும் செலவை விட அதிகமாகவே ஈட்டியதால் உடைமையாளருக்கு, இது சுமையாக இருக்கவில்லை. ஆனால், சுதந்திர மனிதர் ஒவ்வொருவரும் தமது உணவுக்கும் உறைவிடத்துக்கும் உத்தரவாதம் பெறுவது எப்போதும் சாத்தியமில்லை என்பதை ஊதியத்துக்கு உழைப்பவர்கள் தங்கள் அனுபவத்தில் அறிந்துள்ளனர். உழைக்கத் தயாராயிருப்பவர்கள் எல்லோருக்கும் வேலை எப்போதும் கிடைத்துவிடுவதில்லை. வேலை இல்லை என்றால் உணவு இல்லை என்ற விதியிலிருந்து உழைப்பாளர் தப்பிக்க முடியாது. இந்த விதி – வேலை இல்லை என்றால் உணவு இல்லை என்பது – அடிமைக்குப் பொருந்தாது. அவனுக்கு உணவு தேடித்தருவதும் வேலை தேடித்தருவதும் உடைமையாளரின் கடமை. உடைமையாளர் (வேலை தேடித்தரத் தவறினால், அடிமை, தனக்கு உணவு பெறும் உரிமையை இழந்துவிடுவதில்லை. வர்த்தகத்தின் ஏற்ற இறக்கங்கள், வளர்ச்சிகள், தளர்ச்சிகள் ஆகியவற்றின் விளைவுகளைச் சுதந்திரமான ஊதியத் தொழிலாளர்கள் அனுபவித்தே தீரவேண்டும். இவையெல்லாம் அடிமையை பாதிப்பதில்லை. இவை அடிமையின் எஜமானரை பாதிக்கலாம்; ஆனால், அடிமை இவற்றிலிருந்து விடுதலை பெற்றிருக்கிறான். அவனுக்கு உணவு, அநேகமாக அதே உணவு, கிடைத்துவிடும். வர்த்தகம் வளர்ந்தாலும் தளர்ந்தாலும் அடிமைக்கு உணவு கிடைத்துவிடும்.

ரோம்நகரில் அடிமைகள் ஒருபோதும் சதுப்பு நிலங்களிலோ மலேரியா வரக்கூடிய நிலத்திலோ வேலையில் அமர்த்தப்படவில்லை. இப்படிப்பட்ட நிலங்களில் சுதந்திர மனிதர்கள்தான் வேலைக்கு அமர்த்தப்பட்டார்கள். அடிமைகளை ஒருபோதும் சதுப்பு நிலத்தில் அல்லது மலேரியா வரக்கூடிய நிலத்தில் பயன்படுத்த வேண்டாம் என்று ரோமானிய விவசாயிகளுக்குக் கேட்டோ என்பவர் அறிவுரை கூறுகிறார். இது விசித்திரமாகத் தோன்றுகிறது. ஆயினும், சற்று யோசித்துப்

பார்த்தால் இது மிகவும் இயல்பானது என்று தெரியும். அடிமை, மதிப்பு மிக்க உடைமையாவான்; எனவே தன்னுடைய நலனை உணர்ந்திருக்கும் விவேகமுள்ள மனிதன், தனதுமதிப்புமிக்க உடைமையை மலேரியாவின் சீர்கேடுகளுக்கு உட்படுத்த மாட்டான். சுதந்திர மனிதன் விஷயத்தில் இதேபோன்ற கவனம் செலுத்த வேண்டிய தில்லை; ஏனென்றால், அவன் மதிப்புள்ள உடைமை அல்ல. உடைமையாளரின் இந்தக் கருத்து அடிமைக்குப் பெரிய அனுகூலத்தைத் தந்தது. யாருக்கும் அளிக்கப்படாத கவனிப்பு அடிமைக்கு அளிக்கப்பட்டது.

தீண்டாமை என்பது அடிமைமுறையின் இந்திய வடிவம் என்று அம்பேத்கர் கருதுகிறார். இது முற்றிலும் சரியான கணிப்பாகும்.

* * *

சங்ககாலம் தொடங்கிச் சோழர் காலம்வரை நமக்குக் கிட்டியுள்ள சான்றுகள் வேளாண் உற்பத்தியில் அடிமைகள் ஈடுபடுத்தப்பட்டதைக் காட்டுகின்றன. வழிபாட்டுத் தலமாக மட்டுமன்றி ஒரு பொருளாதார நிறுவனமாகவும் விளங்கிய சோழர்காலக் கோவில்களைச் சார்ந்த அடிமைகள் மீன்பிடித்தல், நெசவு செய்தல் ஆகிய தொழில்களில் ஈடுபட்டுக் கோவில்களின் வருவாய்க்குத் துணைநின்றதையும் ஏற்கனவே கண்டோம். பராக்கிரம பாண்டியனின் எட்டாம் ஆட்சியாண்டுக் கல்வெட்டு (கி.பி. 14ஆம் நூற்றாண்டு) திருவாடானை வட்டத்திலுள்ள சிவன் கோவிலுக்கு இடைக்குடி மக்கள் சிலரை விற்றதைக் குறிப்பிடுகிறது. (அ. ஆ. 4)

வேளாண் வேலையில் மட்டுமன்றிக் கால்நடை வளர்ப்பிலும் அடிமைகள் ஈடுபடுத்தப்பட்டமையால்தான் இடைக்குடி மக்களை அடிமைகளாகத் தந்துள்ளனர்.

ஜடாவர்மன் சுந்தரபாண்டியனது பத்தாவது ஆட்சியாண்டுக் கல்வெட்டொன்று கள்ளிறக்கும் மூன்று நாடார்களைப் பத்து பணத்திற்கு ஊரவர் விற்றதாகக் குறிப்பிடுகிறது. (ARE 1983–84; 169 பக். 69) எனவே சாமிநாதன், கே.கே. பிள்ளை ஆகியோர் கருதுவது போன்று சோழர்கால அடிமைகள் தெய்வீக அடிமைகளென்று எளிதாகக் கூறிவிட முடியாது. கோவில் பொருளாதாரத்தின் அங்கமாக அவர்கள் விளங்கியுள்ளனர். தேவரடியார்களை மட்டும் மனதில் கொண்டு சாமிநாதனும், கே.கே. பிள்ளையும் "தெய்வீக அடிமைகள்" என்ற கருத்தை உருவாக்கியுள்ளனர். தேவரடியார் அல்லாத பெண்கள் கோவில் நெற்குற்று சாலையில் ஈடுபடுத்தப்பட்டதை முன்னர் கண்டோம் (பக். 106).

"சோழர்கால அடிமை முறை முற்றிலும் சமயம் சார்ந்தது. சுருங்கக் கூறின் சோழர்கால அடிமைகள் கடவுளுக்குத்தான் அடிமைகளே தவிர மனிதர்களுக்கல்லர்" என்று சாமிநாதன் (1978) குறிப்பிடுவார். இக்கூற்று கோவில்களுக்கு விற்கப்பட்ட அல்லது தானமாக அளிக்கப்பட்ட செய்திகளைக் குறிப்பிடும் கல்வெட்டுகளை மட்டும் கொண்டு தோன்றியதாகும்.

சோழர்காலக் கோவில்கள் வெறும் வழிபடும் இடமட்டுமல்ல. அவைகள் சமூகத்தின் பொருள் உற்பத்தியில் முக்கிய பங்கு வகித்தன. இவற்றின் பணி குறித்து மகாலிங்கமும் நீலகண்ட சாஸ்திரியாரும் கூறும் செய்திகள் சோழர்காலச் சமுதாயத்தில் கோவில்கள் வகித்த இடத்தினைப் புரிந்துகொள்ள உதவியாக இருக்கும். (கைலாசபதி 1966)

ஒரு தலத்திலுள்ள மக்களின் சமய வாழ்க்கையில் முக்கியத்துவம் பெற்ற உயிர்த்துடிப்புள்ள இடமாகக் கோயில் விளங்கியது மட்டுமன்றி, அது அவ்வூர் மக்களின் அரசியல், சமூகம், பொருளாதாரம் ஆகிய துறைகளைச் சேர்ந்த பல்வேறு இயக்கங்களிலும் பங்குகொண்ட சமூக நிறுவனமாக விளங்கியது. கோயில்தானே நிலப்பிரபுவாகவும், முதலாளியாகவும் (பலருக்கு வேலை வசதி கொடுத்ததால்) இருந்தது. கோயிற்பண்டாரம் (களஞ்சியம்) வங்கிபோல் அமைந்து வைப்புப் பணங்களைப் பெற்றும் கடனுதவி அளித்தும், மக்களுக்கு உதவியது: அரசாங்கத்திற்குச் செலுத்தப்படவேண்டிய வரிகள் கோயில்களால் அளவிடப் பட்டன. தனிப்பட்டவர்கள் தமது நிலங்களுக்குச் செலுத்த வேண்டிய வரிகளும் (மன்னரால்) கோயில்களுக்குக் கொடுக்கப்பட்டன. இவற்றைவிடக் கோயில்களும் மக்களிடமிருந்து வழக்கமான கடமைப் பணத்தையும் பெற்றன. ஊரிலேயுள்ள பெரிய நிலவுடமை நிறுவனம் என்ற முறையில் கோயில், ஊரின் விவசாயத்தில் ஊக்கங்காட்டியது. வயல்களிற் பயிர் செய்விப்பதோடமையாது புதிய நிலங்களையும் உழவுக்குட்படுத்தியது, பாழ்பட்ட நிலங் களுக்குப் புனர் வாழ்வு அளித்தது ...'கோயிற்பண்டார மானது வங்கி போலக்கடமையாற்றிய படியால், தனிப்பட்ட நிறுவனங்களுக்கும் உணராட்சி மன்றங்களுக்கும், வட்டியுடனும், வட்டியின்றியும் உசிதம்போல உதவியது, விவசாயிகள் தமது தொழிற் தேவைகளுக்காகக் கடன் பெற்றனர்; தமது பெண்களுக்குச் சீதனம் கொடுப்பதற்குக் கூடச் சிலர் கோயிலிலிருந்து கடன் பெற்றனர். நாட்டின் பொருளாதார வாழ்விற் கோயில் நடுநாயகமாக வீற்றிருந்தது."

"தஞ்சைப் பெருவுடையார் கோயிற் கணக்கில் இருந்த பல்லாயிரக்கணக்கான களஞ்சு பொன்களும், காசுகளும், பெரும்பாலும் பல ஊராட்சி மன்றங்களுக்கும், சபைகளுக்கும் காசு வட்டிக்கோ அன்றிப் பொருள் வட்டிக்கோ கொடுக்கப்பட்டிருந்தன. சாதாரணமாகப் பன்னிரண்டு வீத வட்டி நியாயமானதாக கோயில்களினாற் கருதப்பட்டது.

இவ்வாறு முக்கியப்பொருள் உற்பத்திச் சாதனமாக விளங்கிய நிலத்தின்மீது சோழர் காலக் கோவில்கள் அதிகாரம் செலுத்தின. இந்நிலங்களில் பாடுபடுவதற்குக் கோவில் அடிமைகளைப் பயன்படுத்தியுள்ளனர். மிகப்பெரிய நிலவுடமையாளர் என்ற முறையில் தேவையான அடிமைகளை தானங்கள் வாயிலாகவும் விலைக்கு வாங்குவது மூலமாகவும் கோவில்கள் பெற்றுள்ளன. நெசவுத் தொழில் புரியும் அடிமைகளிடமிருந்தும் கோவில்கள் வருவாய் பெற்றதை முதலாம் ராஜராஜன் காலத்துக் கல்வெட்டொன்றால் அறிகிறோம்.

"இலச்சினையைத் தாங்கி குறிப்பிட்ட இடத்தில் காலமெல்லாம் பணி செய்கின்ற அடிமைகளைப் போலல்லாமல் தங்களுடைய பணிகளை வெளியிடத்தில் மேற்கொண்ட நிலையில் அப்பணிகளின் வருவாயை எஜமானருக்குத் தந்து விடுகின்ற அடிமைகளும் சோழர் காலத்தில் காணப் பட்டார்கள். இந்த வகைக்குச் சான்றாக, ராஜராஜன் காலத்தில் நாடு கண்காட்சி என்ற அதிகாரியும் நாடுவகை என்ற அதிகாரியும் பன்னிரண்டு மீன் பிடியாளரின் குடும்பங்களை அடிமைகளாக்கியதைக் கூறலாம். இது 1002இல் நிகழ்ந்தது. பட்டினவர் என்றழைக்கப்பட்ட அந்தப் பன்னிரண்டு குடும்பங்களும் செங்கை மாவட்டம் திருவாதந்தை என்ற இடத்துக்குரிய கோயிலின் ஸ்ரீவராகதேவர் என்ற தேவருக்கு அடிமைகளாக்கப்பட்டனர். இவ்வடிமைகள் தங்களுடைய நெய்யும் தொழிலிலிருந்தும் மீன் பிடித்தலினின்றும் வருகின்ற வருவாயில் கழஞ்சுப் பொன்னைக் கோயிலுக்கு வழங்க வேண்டும். ஆண்டுக்கு இருமுறை நடக்கின்ற கோயில் திருநாட்களுக்குரிய பணிகளை மேற்கொள்ள வேண்டும். இத்திருவிழாக்களில் ஒன்று ராஜராஜனின் பிறந்த நாளான ஆவணி சதயத் திருநாள் என்பதும், அது நடந்த ஏழு நாட்களில் பட்டினவர்கள் தங்கள் உழைப்பையும் உடைமைகளையும் கொடுத்தார்கள் என்பதும் சிறப்புச் செய்தியாகும். உற்சவ நாட்களில் கடவுளர்க்குரிய உணவுப் படையல்களை அவர்கள் பிரசாதம்மாகப் பெற்றார்கள். இவ்வாறு கோயிலோடு பிணைக்கப்பட்டுப்

போன இந்தப் பன்னிரண்டு பட்டினவர் குடும்பங்களை அவர்களுடைய பணிகளை மேற்கொள்ளவைக்க வேண்டிய அதிகாரத்தைச் செலுத்துகின்ற பொறுப்பை திருவாதந்தை ஊரிலுள்ள "சபா" என்ற பிராமணரின் ஊராட்சி மன்றமும் "ஊர்" என்ற ஏனையோரின் ஊராட்சி மன்றமும் ஏற்றுக்கொண்டிருந்தன.(பாலசுப்பிரமணியன், மா. 238 – 239)

திருவாலங்காட்டு வேதாரணி ஈசுவரர் கோவிலிலுள்ள மூன்றாம் குலோத்துங்கன் காலத்திய கல்வெட்டொன்று மடமொன்றின் நிலங்களில் பயிர் செய்ய ஆண், பெண் அடிமைகள் விற்கப்பட்டதைக் குறிப்பிடுகிறது. இம்மடத்து நிலங்களில் பயிரிடும் வேலைப் பளுவை ஈடு செய்ய மேலும் சில அடிமைகளைத் தானமாக இம்மடத்தின் வேண்டுகோளின்படி மூவர் அளித்ததாக வேறொரு கல்வெட்டு குறிப்பிடுகின்றது.

பிற்காலச் சோழர் காலத்தில்தான் அடிமைமுறை பரவலாக இருந்துள்ளது. இக்காலத்தில் வேளாண் பொருளியல் முக்கியமானதாக இருந்தமையாலும், கோயில்களும் மடங்களும் சமய நிறுவனங்களாக மட்டுமின்றி பெரும் நிலவுடைமை நிறுவனங்களாக இருந்தமையாலும் உழுதொழில் புரிந்தோரே பெருமளவில் அடிமைகளாக இருந்துள்ளனர். உயர்குடியினர் வீட்டு வேலைகளுக்கு அடிமைகளைப் பயன்படுத்தியுள்ளனர். (பக்கம்:40).

அடிமைகள், தேவரடியார்களாகவும் கோவில்களில் பணிபுரிந்துள்ளனர்.

மற்றொருபக்கம் நெசவாளர், மீன்பிடிப்போர், கள்இறக்குவோர், துணிவெளுப்போர், பறைகொட்டுவோர், நெற்குத்துவோர் ஆகியோரும் அடிமைகளாக இருந்துள்ளனர்.

தொழில் சாதியாக மாற்றமடைந்த நிலையில், இவரகள் பல்வேறு சாதிகளைச் சேர்ந்தவர்களாகவும் இருந்தனர். சாதியப் பிரமிட்டில் மேலடுக்கில் இருந்த பிராமணர்கள், வேளாளர்கள் என்போரிடம் இருந்தும் அடிமைகள் உருவாகியிருந்தனர் என்று கூற இடமுண்டு.வெள்ளாளர்களும் கூட அடிமைகள் ஆக்கப்பட்டு விற்கவும் வாங்கவும் பட்டனர் என்று கூறும் நொபுரு கராசிமா (2017:11)தென் இந்தியக் கல்வெட்டு எட்டாவது தொகுதியில் இடம் பெற்றுள்ள 590ஆவது கல்வெட்டைச் சான்றாகக் காட்டுகிறார் (மேலது:8).

திருக்கழுகுன்றம் என்ற தலத்தில் உள்ள கல்வெட்டு ஒன்று விற்பனை ஆவணமாக அமைந்துள்ளது. இவ் ஆவணம் மூன்று

வெள்ளாள அடிமைகளின் விற்பனையைக் குறிப்பிடுகிறது (மேலது:8). இச் செய்திகள் சாதியப் படிநிலை கடந்து அடிமை முறை இருந்துள்ளமையை உணர்த்துகின்றன .

வணிகச் சாத்துகள் மேலோங்கியிருந்த சோழர் காலத்தில் அடிமைகளை இவர்கள் வைத்திருந்ததற்கான சான்றுகள் எவையும் கிட்டவில்லை, அதே நேரத்தில் கம்மாளர் போன்ற கிராமக் கைவினைஞர்கள் அடிமைகளை வைத்துக்கொள்ளுவதற்குத் தடையிருந்தது. இதன் காரணமாகக் கோவில்கள் – மடங்கள் ஆகியனவற்றிற்கு உரிமையாக இருந்த நிலங்களில் பாடுபடவும், மன்னர் நிலவுடமையாளர் ஆகியோருக்கு ஏவல் புரியவும் மட்டுமே அடிமைகள் பயன்படுத்தப்பட்டனர். இதன் காரணமாக அடிமைகளின் தேவை ஒரு குறிப்பிட்ட அளவுக்கு மேல் தேவைப்படவில்லை . இதே நிலைதான் விஜயநகரப் பேரரசுக் காலத்தில் இருந்தது. ஆங்கிலேயர் ஆட்சிக் காலத்தில் அடிமைமுறை ஒழிக்கப்படும்வரை வெளிப்படையான பண்ணையடிமை முறையும் அடிமை ஒழிப்பிற்குப் பின்னர் மறை முகமான பண்ணையடிமை முறையும் நிலவி வந்துள்ளது.

நாற்பதினாயிரம் குடிமக்களைக் கொண்ட ஏதென்ஸ் நகரத்தில் எண்பதினாயிரம் அடிமைகள் இருந்தனர் என்று ஏனெஸ்ட் பார்க்கர் குறிப்பிடுவார் (*Kusuman, K.K.*). இந்த அளவுக்கு அடிமைகளின் எண்ணிக்கை தமிழகத்தில் இருந்ததாகத் தெரியவில்லை. தொடக்கத்தில் தொல் நாகரிக நாடுகளில் நிலவிய அடிமை முறையினைக் குறித்து, சுருக்கமாகப் பார்த்தோம். இந்நாடுகளில் திறந்த வெளிச் செம்பு ஈயச் சுரங்கம் திராட்சை மது தயாரிக்கும் தொழிற்கூடங்கள். பீங்கான் பாத்திரங்கள் செய்யும் தொழிற்கூடங்கள் போன்றவைகளில் ஆயிரக்கணக்கில் அடிமைகள் ஈடுபடுத்தப்பட்டனர். இந்த அளவுக்குப் பொருள் உற்பத்தி முறை தமிழகத்தில் நிலவவில்லை. எனவேதான் முதலாம் ராஜேந்திரன் சாளுக்கிய நாட்டின் மீது படையெடுத்துச் சென்றபோது பல்லாயிரக்கணக்கான இளம் பெண்களை மட்டும் சிறைபிடித்து வந்தான். ஆண்களைச் சிறைபிடித்து வராமைக்குக் காரணம் அவர்களின் உழைப்பினைப் பயன்படுத்திக் கொள்ளுமளவிற்கு உற்பத்தி சக்திகள் வளராமையே. தங்களின் போகப் பொருளாகப் பயன்படுத்திக்கொள்ளுவதற்கும் கோவில்களில் பணிபுரிவதற்கும் பெண் அடிமைகளைக் கொண்டு வந்தனர்.

சோழ மன்னன் அரண்மனையில் மூவாயிரம் பெண்கள் பணி புரிந்ததாக வெளிநாட்டு முஸ்லீம் பயணி ஒருவர் குறிப்பிடுகின்றார் (*Nilakanta Sastri 1972*). இப்பணிப்பெண்களில் பலர் பகைவர் நாட்டிலிருந்து பிடித்து வரப்பட்டவர்களாக இருக்கலாம்.

ஆங்கிலேயர் காலத்தில் பண்ணையடிமை முறையும் அடிமை நிலைக்குச் சமமாக இருந்த ஒப்பந்தக்கூலி முறையும் வழக்கிலிருந்தாலும் சமூக அமைப்பில் ஒரு பெரும் சக்தியாக அடிமைகள் இல்லை. முதலாளித்துவம் தோன்றிய நாட்டிலிருந்து வந்த அவர்கள் தங்களை அறியாமலேயே முதலாளித்துவ வித்துக்களை இங்கு தூவினார்கள். இதன் விளைவாகக் குறிப்பிட்ட எல்லைக்குமேல் அடிமைமுறை வளர்ச்சியுறும் நிலை தோன்றவில்லை.

தமிழகத்தில் அடிமைகள் இருந்ததும், விலங்குகளைப் போல் அவர்களுக்குச் சூட்டுக்குறி இடப்பட்டதும், பொருள்களைப் போல விற்கப்பட்டதும், வாங்கப்பட்டதும், தானமளிக்கப்பட்டதும், சீதனமாக கொடுக்கப்பட்டதும் ஆள்பவர்களின் துணையுடன் அடக்கி ஒடுக்கப்பட்டதும் வரலாற்று ரீதியில் மறுக்கவோ, மறைக்கவோ முடியாத உண்மைகளாகும்.

ஆனால் அதே நேரத்தில் தமிழகத்தின் பொருள் உற்பத்தி முறையானது முற்றிலும் அடிமைகளைச் சார்ந்திருக்கவில்லை என்பதும் தெளிவாகிறது. எனவே தமிழகத்தில் அடிமைகள் இருந்தார்கள். ஆனால் அடிமைச் சமுதாயம் இருந்ததில்லை என்ற முடிவுக்கு வருவது பொருத்தமாகும்.

இதற்குக் காரணம் உற்பத்தி முறையின் வளர்ச்சிக் குறைவும், சுயதேவைப் பூர்த்தியுடைய கிராமங்களின் வளர்ச்சியுமாகும்.

10

முடிவுரை

தமிழகத்திலுள்ள அடிமைகளின் அவலநிலையினைச் சங்க காலத்திலிருந்து தொடங்கி ஆங்கிலேயர் காலத்துடன் முடித்துக்கொண்டதால் விடுதலை பெற்ற தமிழகத்தில் "அடிமை என்று யாருமில்லை" என்று கருதிவிடக்கூடாது.

கொத்தடிமைகள் (Bonded labour) என்ற பெயரில் ஆயிரக்கணக்கான தமிழர்கள் தமிழகத்திலும் பிற மாநிலங்களிலும் அல்லல்படுகின்றனர். அண்மையில் மத்தியப் பிரதேசத்திலும் ஆந்திராவிலும் கொத்தடிமைகளாக இருந்த தமிழ்க் குடும்பங்கள் மீட்கப்பட்ட நிகழ்ச்சி நாம் அறிந்த செய்தியாகும். சேலம் மாவட்டத்தில் கயிறு தொழிற்சாலைகளில் கொத்தடிமைகள் இருப்பதை அண்மையில் வெளியான பத்திரிகைச் செய்தியொன்று உணர்த்துகிறது.

"தமிழ்நாடு சேலம் ஜில்லா கயிறு தொழிற்சாலைகளில் இன்னும் கொத்தடிமைகள் உள்ளனர். இந்த கொத்தடிமை தொழிலாளர் முறையை ஒழிக்க அரசு தீவிர நடவடிக்கை எடுத்துள்ளது. மாநிலத்தில் 20 அம்ச திட்டத்தின் கீழ் கொத்தடிமை ஒழிக்கப்பட்ட போதிலும் சேலம் கயிறு தொழிற்சாலைகளில் இம்முறை இன்னும் நீடிப்பதாகத் தெரிகிறது. தங்களது குழந்தைகள் உள்பட பல குடும்பங்கள் கயிறு தொழிற்சாலைகளில் காலையிலிருந்து மாலைவரை கடுமையாக வேலை செய்கின்றனர். இவர்கள் கயிறு தொழிற்சாலை உரிமையாளரிடம் ரூ. 1000, ரூ. 2000 கடன்பட்டு அதைத் திருப்பி செலுத்துவதற்காகக்

கடுமையாக உழைக்க வேண்டியிருக்கிறதென்று நிருபர்களிடம் கூறினர். இத்தகவலை தொழிலாளர் ஆர். வெங்கடாசலம் நிருபர் களிடம் கூறினார். கடனுக்காக தினமும் தங்களது கூலியில் ரூ. 5 பிடித்துக்கொள்ளப்படும். மேலும் மழைக் காலத்தில் கயிறு தொழிற்சாலையில் வேலையிருக்காது. அப்போது முதலாளியிடம் செலவுக்கு மீண்டும் கடன் வாங்க வேண்டியிருக்கும்; இந்த நிலையில் நாங்கள் கடன் சுமையில் இருந்து விடுபட முடியாது என்றார். பழைய கடனுடன் புதிய கடனும் சேரும். ஆகையால் நாங்கள் தொடர்ந்து முதலாளியின் கொத்தடிமையாக இருக்க வேண்டியதுதான் என்று கூறினார்." (தினமணி, மதுரை பதிப்பு, ஜூலை16, 1982)

உள்துறை அமைச்சகத்தின் ஆய்வு ஒன்று திருப்பத்தூர் தர்மபுரி பகுதிகளில் கொத்தடிமை முறை பரவலாக உள்ளதாகக் குறிப்பிடுகிறது. இளம் வயதிலேயே பையன்களும், பெண்களும் நிலப்பிரபுக்களிடம் அடமானமாக வைக்கப்படும் நிகழ்ச்சியை யும் இவ்வறிக்கை குறிப்பிடுகிறது.*

டில்லியில் உள்ள தேசியத் தொழிலாளர் நிறுவனமும் காந்தி அமைதி நிறுவனமும் 1978ஆம் ஆண்டில் கொத்தடிமை முறை பற்றி ஒரு ஆய்வு நடத்தின. இந்த ஆய்வின் முடிவுகளை *National Survey on the incidence of Bonded Labour Preliminary Report* என்ற தலைப்பில் ஒரு நூலாக வெளியிட்டுள்ளார்கள். அதில் 2,50,000 பேர் தமிழகத்தில் கொத்தடிமைகளாக உள்ளனர் என்று கூறப்பட்டுள்ளது.

இவ்வறிக்கையின்படி, 20 ஆயிரம் பேருக்கு மேல் கொத்தடிமைகள் உள்ள பகுதிகளாக தர்மபுரி, வட ஆற்காடு, தென் ஆற்காடு ஆகிய மூன்று மாவட்டங்களும் வருகின்றன.

10 ஆயிரத்திலிருந்து 20 ஆயிரத்துக்குள் கொத்தடிமைகள் உள்ள பகுதிகளாகத் தஞ்சை, திருச்சி மாவட்டங்கள் வருகின்றன.

5 ஆயிரத்திலிருந்து 10 ஆயிரம் பேர் வரை கொத்தடிமைகள் உள்ள பகுதிகளாகக் கோவை, திருநெல்வேலி ஆகிய மாவட்டங்கள் வருகின்றன.

500 முதல் 5 ஆயிரம் வரையில் கொத்தடிமைகள் உள்ள பகுதிகளாக ராமநாதபுரம், சேலம் மாவட்டங்கள் வருகின்றன.

"ஆள்காரன்" குடிப்பறையன், அடையாள், பண்ணையாள், படியாள், சோபல் என்ற பெயர்களில் கொத்தடிமைகள் தமிழகத்தின் பல்வேறு பகுதிகளில் உள்ளார்கள்.

---

* Main Stream, February 7, 1982, Page 3.

உணவு உற்பத்தி செய்யும் வேளாண்மையில் மட்டுமன்றி பாய் நெய்ய உதவும் "கோரை" சாகுபடியிலும், (வட ஆற்காடு) கைத்தறி நெசவு, செயற்கை வைரத் தொழில் போன்றவற்றிலும் கொத்தடிமை முறை நிலவுவதை இவ்வறிக்கை தெளிவாகக் குறிப்பிடுகிறது.

செங்கல் சூளை, கரி தயாரித்தல், திண்பண்டம் தயாரித்தல் ஆகிய தொழில்களில் சிறுவர்கள் கொத்தடிமைகளாகப் பணிபுரிகின்றனர். இச்சிறுவர்களின் பெற்றோர்களுக்கு முன்பணம் என்ற பெயரில் சில ஆயிரங்களைக் கொடுத்து அச்சிறுவர்களை விலைக்கு வாங்குவதுபோல் வாங்கிவிடுகிறார்கள். அடி, உதை மட்டுமன்றி பட்டினி போடுதல், சூடு போடுதல் ஆகிய வன்முறைகள் இச்சிறுவர்கள் மீது இழைக்கப்படுகின்றன.

இச்செய்திகள் அடிமை முறை இன்னும் நம்மை விட்டு நீங்கவில்லை என்பதனையுணர்த்துகின்றன.

சமுதாயத்தின் அடித்தளமான பொருள் உற்பத்தி முறையில் தீவிர மாற்றம் ஏற்பட்டுப் பூரணமாகச் சுரண்டல் ஒழியும் வரை அடிமை முறையினை முற்றிலும் அழித்துவிட முடியாது. சட்டங்களும் ஈர்திருத்தங்களும் ஒருவகையான அடிமை முறையிலிருந்து மாறுபட்ட வேறு வகையான அடிமை முறையினையே தோற்றுவிக்கின்றன.

இன்று நிலவும் கொத்தடிமை முறையானது அடிமைமுறை யின் நவீன வடிவமென்றால், தீண்டாமை என்பது தமிழக அடிமை முறையின் கொடூரமான பழைய வடிவமாகும். இரண்டு வடிவங்களும் இன்றையத் தமிழகத்தில் தொடரும் நிலையில் அடிமைமுறை என்பது தமிழ்ச் சமூகத்தின் கடந்தகால வரலாற்றுச் செய்தியல்ல. அது நிகழ்கால நடப்பியல் உண்மையுமாகும்.

பின்னிணைப்புகள்

பின்னிணைப்புகள்

தமிழகத்தில் அடிமைமுறை நிலவியதற்கான அடிப்படைச் சான்றுகளாக அமையும் 29 ஆவணங்கள் பின்னிணைப்பில் இடம்பெற்றுள்ளன. இவை, கல்வெட்டுகள், ஓலை ஆவணங்கள், காகித ஆவணங்கள், நாட்குறிப்பு எனப் பலதரத்தன.

இவற்றுள் காலத்தால் முந்தைய ஆவணங்கள் பிற்காலச் சோழர் காலத்திய கல்வெட்டுகள். காலத்தால் பிந்தியனவாக ஆங்கில ஆட்சியில் எழுதப்பட்ட ஓலை ஆவணங்களும், காகித ஆவணங்களும் அமைகின்றன. இவை அனைத்தும் கால வரிசையில் இடம்பெற்றுள்ளன.

இன்று பத்திரம் எழுதுபவர்களும் உரிமையியல் (Civil) வழக்கறிஞர்களும் சொத்துக்கள் தொடர்பான ஆவணங்களை எழுதும்போது வழக்கமான தமிழ் நடையைவிட, சற்று மாறுபட்ட மொழி நடையைப் பயன்படுத்துவது அனைவரும் அறிந்த ஒன்று. இதை ஆவண மொழி அல்லது ஆவணத் தமிழ் எனலாம். நமது முன்னோர்கள் பயன்படுத்திய ஆவண மொழியை அறிந்துகொள்ள, பின்னிணைப்பில் இடம்பெற்றுள்ள அடிமை ஆவணங்கள் துணை புரியும். அத்துடன் ஆவணப் பதிவு, விற்பனை முறை, நடுவர்கள் கூடி விலை நிர்ணயித்தல் போன்ற செய்திகளையும் அறிந்து கொள்ளலாம்.

சிவன் கோவிலுக்குரிமையான சொத்துக்களை விற்கும்போதும் வாங்கும்போதும் கோவிலிலிருந்து பொற்காசுகளைக் கடனாகப் பெறும் போதும் கோவிலுக்குத் தானம் வழங்கும்போதும் அதை சண்டேசுவரர் என்ற பரிவார தெய்வத்தின்

பெயராலேயே நிகழ்த்துவது வழக்கம். இதை 'சண்டேசுவரப் பிரமாணம்' என்று கல்வெட்டுகள் குறிப்பிடும். கோவிலுக்கு அடிமைகளை விற்றதையும் தானமாக வழங்கியதையாக கூறும் கல்வெட்டுகளிலும் 'சண்டேசுவரப் பிரமாணம்' என்றே குறிப்பிடப்பட்டுள்ளது. (அடிமை ஆவணம் – 1 வரி 2, அ. ஆ. 3 வரி 2, அ. ஆ. 4 வரி 7, 14). சிவன் கோவில் நிலங்களில் திரிசூலம் பொறித்த எல்லைக் கல்லை ஊன்றுவது பழைய மரபு. இதை 'திருச்சூல தாபனம்' பண்ணி 'திருச்சூல தாபரம்' பண்ணி என்று கல்வெட்டுகள் குறிப்பிடும். தேவடியமைக்குத் திருசூலச் சின்னம் பொறித்துக் கோவிலுக்குத் தானமாக வழங்கியமையை 'சன்னதி'யில் திருச்சூலத் தாபனமும் பண்ணித் தந்தமைக்கு என்ற தொடர் (அ. ஆ. 8 வரி 7, அ. ஆ.10, வரி 8) வெளிப்படுத்துகிறது அடிமை விற்பனை தொடர்பான ஆவணங்கள் சிலவற்றில் மன்னர்களின் மெய்கீர்த்தியும் இடம்பெற்றுள்ளது.

தமிழ்நாட்டின் ஊர்ப்பெயர்களும் தெய்வங்களின் பெயர்களும் வலிந்து வடமொழிப் பெயர்களாக மாற்றப்பட்டமைக்கு அடிமையாவணங்கள் சில சான்று பகருகின்றன. அவை வருமாறு:

கல்வெட்டுப் பெயர்	தற்போது வழங்கும் பெயர்
திருமறைக் காடுடையான் –	வேதாரணிய ஈஸ்வரர்
அழகப் பெருமாள் –	சுந்தர ராஜ பெருமாள்

இவ்வாறு அடிமை விற்பனை மட்டுமின்றி வேறுபல செய்திகளையும் அறிய விரும்புவார்க்குப் பயன்படும் என்ற நோக்கில் ஆவணங்களின் மூல வடிவங்கள் இங்கு தரப்பட்டுள்ளன. மூலத்திலுள்ள பிழைகள் திருத்தப்படவில்லை .

●

அடிமை ஆவணங்கள்

<u>அடிமை ஆவணம் 1</u>

(ஆள்விலை பிரமாண இசைவு தீட்டு)

செய்தி	:	எதிரில் சோழ கங்கை நாடாழ்வான் என்ற அதிகாரி பத்து அடிமைகளைத் திருமறைக்காடு உடையார் கோவிலுக்கு, ஆயிரம் காசுக்கு விற்றமை
வடிவம்	:	கல்வெட்டு
காணப்படும் இடம்	:	நாகை மாவட்டம் வேதாரண்யம் வேதநாராயண ஈஸ்வரர் கோவில் முதல் பிரகாரத்தின் வடக்குச் சுவர்.
காலம்	:	மூன்றாம் இராஜராஜனின் மூன்றாம் ஆட்சியாண்டு கி.பி. 1218 – 19
மூலம்	:	S.I.I. XVII:541

1 ஸ்வஸ்திஸ்ரீ [॥*] திரிபுவனச்சக்கரவத்திகள் ஸ்ரீராஜரா[ஜ*]தெவற்கு யாண்டு ௩-வது உம்பளநாட்டுக் குன்றூ[ர்*]நாட்டு உடையார் திருமறைக்காடுடை[யார்] கொ[ா]யில்

2 ஆதிசண்டெசுர தெவர்கன்மிகளுக்கு இந்நாட்டு மெற்புரம் காவல் அரியான் பிச்சனான எதிரிலிசொழ கங்கைநாடாழ்வாரெ[னன்] ஆள்விலைப்பிரமா-

3 ண இசைவு திட்டுக் குடுத்த பரிசாவது என் அ[டி]யாரில் சதையாண்டி [கூ]ட்டத்து வெ[த]னான பட்ட நாயக கண்ணப்பனையும் [கு]ரம்பன் ஆதிநாயக-

4 க்கண்ண ப்பனை[யு]ம் உடையானான சொக்கநாயகக் கண்ணப்பனையும் கங்கனையும் திருவனையும் மூன்னூ- ளிலெ எங்கள் முதலியார் க[ங்]கப்பிள்ளை ஆன ரா[ஜ*]ரா[ஜ*]-

5 க்கங்கை நாடாழ்வார் நாயநாற்கு அடிமையாக குடுத்தமையில் இவர்களையும் பின்பு கழநி ஆண்டியை யும் [பெ]ற்றனையும் ஆ[ண்]டானையும் ஆண்-

6 டானையும் திருக்களம்பழகியா[னையு]ம் இவர்களையும் இவர்(றக)கள் வற்க்கத்தாரை[யு]ம் விற்றுக் குடுத்து கொள்வதான காசு ஆயிரமு-

7 ம் சிபண்டாரத்து கை[க்*]கொண்டு இவர்களை விற்றுக்கு[டு*]த்தென் அரியான் பிச்சனான எதிரிலி சொழக் கங்கைநாடாழ்வானென் இப்படிக்கு இவை-

8 எதிரிலிசொழக் கங்கை நாடாழ்வானெழுத்தும் சொழன் ஆனைகாத்தான் ஆன சொழிய வரையனும் கூத்தன் திருவெ[க]ம்ப முடையான் ராஜராஜக் கங்கை நாடாழ்வானு[ம்]

9 [ச]யஞ்சுங்கையாதனமைக்கும் இப்படிக்கு இவை அரியநாயகவெளான் எழுத்து உ. உ.

•

அடிமை ஆவணம் 2

செய்தி	:	திருவொற்றியூர் ஆதிபுரீஸ்வரர், கோவிலின் நெற்குற்று சாலைக்கு ஐந்து பெண்களைத் தானமாக வழங்கியமை.
வடிவம்	:	கல்வெட்டு
காணப்படும் இடம்	:	சென்னை சைதாப்பேட்டை வட்டம் திருவொற்றியூர் ஆதிபுரீஸ்வரர் கோவில் இரண்டாம் பிரகாரத்தின் வடக்குச் சுவர்.
காலம்	:	மூன்றாம் இராஜராஜனின் பத்தொன்பதாவது ஆட்சியாண்டு கி.பி. *1234 – 35.*
மூலம்	:	S.I.I. IV: *558*

1 ஸ்வஸ்தி ஸ்ரீ [||*] திருவாய்க்கெழ்வி முன்[ப]-
2 ாக திரிபுவனச்ச[க்*]கரவத்திகள் ஸ்ரீராஜராஜ[தெ]-
3 தவற்கு யாண்டு ௰௯-வது ஸி[ம்*]ஹநாயற்றுப்
4 பூர்வ்வபக்ஷத்து த்ரிதியையும் உத்திரட்டாதியும் பெ-
5 ற்ற நாயற்றுக்கிழமைநாள் ஜயங்கொண்டசோ-
6 ழமண்டலத்துப் புலியூர்க்கோட்டமான
7 குலோத்துங்கசோழவளநாட்டுப் பொ-
8 றூர்நாட்டு விருகன்பாக்கமாக சென்னிநல்லூ[ர்*]
9 வயலூர்கிழவன் திருவெகம்பமுடையான் செந்தாமரை-
10 க்கண்ணனான வபிராதராயனென் உடையார் திருவொ-
11 ற்றியூருடையநாயனாற்கு நெற்குறுசாலைக்கு நெற்குறக்-
12 கொண்டு விட்ட பெரியநாச்சியையும் இவள் மகள் மா-
13 ரியையும் இவள் தங்கை கவுத்தாழ்வியையும் இவ-
14 ள் தங்கை திருவாண்டியையும் இவள் தங்கை வடு-
15 காழ்வியையும் ஆகப் பெர் ஐய்வரையும் இன்னா-
16 யனார் நெற்குறுசாலைக்கு இவர்களும் இவ்வழி-
17 யில் உள்ளாரும் சந்திராதித்தவரை நெற்குறுவதா-
18 கக் கொண்டு சிலாலெகைபண்ணிக்குடுத்-
19 தென் வயலூர்கிழவன் திருவெகம்பமுடை-
20 யான் செந்தாமை[ர*]க்கண்ணனான வ்யிராதரா-
21 யனென் [||*]

•

அடிமை ஆவணம் 3

செய்தி : அரியன் பிச்சன் என்ற கங்கை நாடாள்வான் திருமறைக்காடு உடையார் கோவிலுக்கு இரு பெண்களை விற்றமை.

வடிவம் : கல்வெட்டு

காணப்படும் இடம் : அடிமைஆவணம்எண்ஒன்றில்குறிப்பிட்டபடி.

காலம் : மூன்றாம் இராஜராஜனின் 24ஆவது ஆட்சியாண்டு கி.பி. 1239–40.

மூலம் : S.I.I. XVII: 544.

1 **ஸ்ரீ(ரி)புவனசக்கரவத்திகள் [ஸ்ரீ] இராசராசதெவர்[க்*]கு யாண்டு உ௰௪ [வது] உம்பளநாட்டு உடை**
2 டயார் திருமறைக்காடுடையார் கொயில் ஆதிசண்டெசுர தெவர் **கன்மிகளுக்கு இ[ந்]நா-**
3 ட்டு மெற்ப்ப[ரடி]காவல் அ[ரி]ய[ர*]ன் பிச்சனை **கங்கை**நாடாழ்வானென [எ]ன்னடியா[ரில் பெ]-
4 **ற்றமகள் கழனியையும் குடியானையும்** விலைக்கு விற்று சிபண்டா[ரத்தில்] . . .
5 **காண்டு இவ[ர்*]களை உடையர்க்கு அடிமையாக கல்வெட்டிக் குடுத்தெ[தன்] [||*]**

•

அடிமை ஆவணம் 4

செய்தி	:	இடைக்குடி மக்கள் சிலரை சிவன் கோவிலுக்கு விற்பனை செய்தமை.
வடிவம்	:	கல்வெட்டு
காணப்படும் இடம்	:	இராமநாதபுரம் மாவட்டம் திருவாடனை வட்டம் ஆனந்தூர் திருமேனிநாதர் ஆலய நுழைவாயின் வடபுறம்.
காலம்	:	பராக்கிரம பாண்டியனின் எட்டாவது ஆட்சியாண்டு கி. பி. 1365.
மூலம்	:	சிங்கம்புணரி சி. லட்சுமணன் படியெடுத்து "ஆனந்தூர் கல்வெட்டு என்ற தலைப்பில் ஆவணம் இதழ் 14இல் (ஜூலை 2003 பக்கம்: 70–71) வெளியானது.

1. ஸ்ரீ மற்கீத்திக்கு மேல் ஸ்ரீ கோச்சடைய பன்மரான . . . ராக்கிரம பாண்டிய
2. தேவர்க்கு யாண்டு 8 ஆவது ஆநி மீ 31 ம திருக்கானப்பேர் கூற்றத்து ஆனந்தூரான அவிகா(யன்சு)
3. ன்தர நல்லூர் நாயனார் திருமதிச்சடையிச்வர முடைய நாயனார் . . . ஸ்ரீ ருத்திரமா
4. கேசுரற்கும் சிகாரியஞ் செய்வார்களுக்கும் அரும்பொற் கூற்றத்து அம . . . க நல்லூர் . . . வரு
5. னதரும் சென்னாகற்பகன் தடிவல்லான் வழுதியான் டானும் தடிவல்லான் வீரபாண்
6. டிய தேவனும் பெரிய உடையான் வழுதியாண்டானும் பெரிய உடையான் தடி
7. வல்லானும் ஆக இந்நால்வோமும் சண்டேசுர விலைப்பிரா மாணமாக பண்ணிக் கொடுத்த பரி
8. சாவது இக்கோவில் திருக்காமக் கோட்ட நாச்சியார் கண்ட . . .கு நாங்
9. கள் விற்ற இடைக்குடி மக்களாவது இந் நாச்சியார் தேவதானம் உள்ளிட்ட . . . னேரியில்

10. குடியிருந்து போதுகிற ஆவிப் பெரியானுள் ளிட்டாரையும் ஆலிம்மன் சின்னரையு

11. ம் சண்டேசுர விலையாக விற்று விலைப் பிராமாணம் பண்ணிக் கொடுத்தோம் மேல் சொல்ல

12. ப்பட் இந்நால்வோமும் இப்படி விற்றுக் கொடுத்த இவர்களுக்கு இதுவே விலையான . . . விலையும் பொ

13. ருட் . . . யாவதாகவும் இப்படி விற்றுக் கொடுத்த ஆவிப் பெரியான் னுள் விட்டார்க்கும் . . .

14. மனுள்ளிட்டார்க்கும் சண்டேசுர விலை னிற்செயித்த புதுக்குளத்தை . . . இப்பணம் . . .

15. தும் திருத்தேர்வளை . . . செட்டியார் தவத்தார் காட்சி . . .

16. . . . கி கொண்டு சந்திராதித்தவர் செல்வதாகக் கல்லிலும் செம்பிலும் (வெட்டுவித்து) விலை

17. பிரமாணம் பண்ணிக் கொடுத்தோம் இப்படி விற்றுக் கொடுத்த . . .

18. ஆலி – மன் உள்ளிட்டார்க்கு திருத்தேர் விளையில் . . .

19. யிட்டு போதுவேனாகவும் இப்படி சம்மதித்து விற்று விலைப் பிரமாணம்

20. ஸ்ரீ ருத்திர மாகேசுரர் ஸ்ரீகாரியம் செய்வார்களுக்கு தடி வல்லான் வழுதி . . . தடி வல்லா

21. ன் வீரபாண்டிய தேவனும் பெரியவுடையான் வழுதியும் பெரிய உடையான் தடிவல்

22. யானும் இந்நால்வோமும் சண்டேசுர விலைப் பிரமாணம் பண்ணிக் கொடுத்தோம் இப்படிக்கு

23. க்கு இவை தடி வல்லான் வழுதியாண்டான் எழுத்து தடி வல்லான் வீரபாண்டிய தேவன் எழுத்து பெரிய உடையான் வழுதியாண்டான் எழுத்து பெரிய உடையா

24. ன் தடிவல்லான் எழுத்து இவர்கள் சொல்ல இச் சண்டேசுர விலைப் பிரமாணம் எழுதினேன் இவை நாட்டுக்கணக்கு அழகன் நல்ல மங்கைபாகன் எழுத்து ௨

•

அடிமை ஆவணம் 5

செய்தி : சீராளதேவன் முனையதரயன் என்பவன் தன் மகன் சீராளதேவனுக்குக் காணியாட்சி உரிமையுடன் இரண்டு வீடுகளும் சில அடிமைகளும் தானமாக வழங்கியுள்ளான். அடிமைகளைக் குறிக்கும் பகுதி மட்டும் இங்கு இடம் பெற்றுள்ளது.

வடிவம் : கல்வெட்டு

காணப்படும் இடம் : புதுக்கோட்டை மாவட்டம் திருமயம் வட்டம் சத்தியகிரிநாத பெருமாள் ஆலய மண்டபத்தின் மேற்குச் சுவர்.

காலம் : ஜடாவர்மன் திரிபுவன பராக்கிரம பாண்டியனின் 12 ஆவது ஆட்சியாண்டு கி.பி. *1369*.

மூலம் : S.I.I. XXII Part II : *396*, I. P. S : *459*

20 இவையும் இம்மரியாதி அனுபவித்து நாம் எழுதிக்குடுத்த [அடி]மையான் தெவியும் இவன் மகள் சிராளும் இவன் தம்பி மக்கணுயனு -

21 [ம்] இவனுடைய சிறியதாய் ஆவுடையா[ளு]ம் இவள் தம்பி சிராளதெவநும் இவன் மருமகள் சிராளும் பெரியனுச்சி மகன் திருமெய்யம் -

22 லியானனும் சி[று]த்த மக்கணுயனும் அகப்பொரட்டும் மாடையாரில் வளத்த மகள் [ம]றையும் இவள் மகள் பொன்னியும் செர -

23 ளி மகள் தொழுதியும் உடப்பி மகன் பொன்னனும் வளத்தி மகன் வில்லியும் ஆக இவ்வ ரப்ப[டி] உள்ள அ[டி]மையும் காணியாட்சி -

•

அடிமை ஆவணம் 6

(அடிமை பிறிதி தானம்)

செய்தி	:	வெள்ளான் அடிமைகள் மூவர், புலையடிமை எழுவர் ஆக மொத்தம் பத்து அடிமைகளை பிறிதி தானமாக (அன்பளிப்பாக) வழங்கியமை.
வடிவம்	:	கல்வெட்டு
காணப்படும் இடம்	:	திருச்சி மாவட்டம் திருச்சி வட்டத்திலுள்ள தாருகாவனேஸ்வரர் ஆலய வளாகத்திலுள்ள கணேசர் கோவிலின் வடக்கு, மேற்கு, தெற்கு சுவர்கள்.
காலம்	:	விஜயநகர ஆட்சியாளர் வீரகம்பனை உடையாரின் ஆட்சியாண்டு. கி.பி. 1374 மார்ச் 19.
மூலம்	:	S.I.I. VIII; 590.

22 க்கு உள்ள ஸர்வஸ்வ ராஷிகளும் என் வெள்ளான்அடியாரில் தவஞ்செய்தான் மகன் செங்கழுநீர்ப்பிள்ளையு[ம்*] கான் கொ-

23 ண்டுஉடையெனுன கல்வாம்பிள்ளை மகன் தாயிலும்கல்லானும் வெள்ளாட்டி சிவந்தா-ளும் ஆகப் பெர் முன்றும் புலை-

24 அடியாரில் முன்னுள் கங்கைபுரத்தில் பா[ட்ட]த்தில் கின்ற புலைஅடியாராய் உடையர் கடபணஉடையர் காரியப்பெர் சந்த்ரசர்

25 விற்க கான் கொண்டுஉடையெனுன சாதனப்படியால் உள்ள பள்ளன்பிறவியும் இவன் பள்ளி அழகியாளும் இவன் மகன்

26 கம்பாளும் இவன் தம்பி வளத்தானும் இவன்-தம்பி [த]ாழியும் இவன் தம்பி வளத்தா-னும் இவன் தம்பி ஆண்டியும் ஆகப் பெர் எழு

27 ஆக இந்த வகைப்படி கிலமும் மனையும் சிறுப்பலவெள்ளாட்டிகளும் புலைஅடியாரையும் வீரகியாக குடுத்து வீரகிகைவரகி-

அடிமை ஆவணம் 7

(சீதனப் பிரமாணம்)

செய்தி	:	அடிமையை சீதனமாகக் கொடுத்தமை.
வடிவம்	:	ஓலைச்சுவடி.
கிடைத்த இடம்	:	கவிமணி தேசிக விநாயகம் பிள்ளையால் குமரி மாவட்டத்தில் சேகரிக்கப்பட்டது.
காலம்	:	கி.பி. 1431

கொல்லம் 606 வைகாசி மீ 1 அமரபக்கத்து ஏகாதசியும் வெள்ளிக் கிழமையும் பெற்ற உத்திரத்து நாள் எழுதின சீதனப்பிரமாணமாவிது புறத்தநாட்டு அன்ன நல்லூர் வளைத்து வாழ்வில்த்தான் கேசவப்பெருமாளான கலிங்கத் தராரேன் நாஞ்சி நாட்டு அதியனூரான அழகிய பாண்டிய புரத்து குருந்திடங்கொண்டான் கேசவப் பெருமாளான குலோத்துங்க சோழ செட்டி ... என்பிதா ... குடுத்த சீதனமாவது. பசு 20ஆம் அன்னநல்லூர் பெரிய குளத்தில் நடுவில் மடையில் நீர்பாய்ந்து நெல்விளையும் நிலத்தில் ... காலிருணையும் செம்புதரா வெண்கலம் இரண்டு படியும், வெள்ளாளண் பிள்ளைகளில் வளத்தி மகன் அலை வாச்சியும்...நாயினாலும் நல்லிமகன்... மகன் இனக்கியும் நாச்சிமகன் நாகனும், வெள்ளாட்டிகளில் நாச்சி மகன் பிறவியும் இவள் தங்கை பெருமியும் ஆயிமகள் நல்லியும் தேவி மகள் கற்பகமும், பறைச்சிகளில் நல்லிமகள் பொதுவியும் இவள் மகள் நல்லியும் பொதுவிமகள் அவச்சியும் இவள் தங்கை பொதுவியும் அவைச்சி மகள் நல்லியும், பறையரில் பொதுவிமகன் பிறவியும் அவன் தம்பிநாகனும் இவன் தம்பி சிறு நாகனும் நல்லிமகள் பிறவியும் வன் தம்பி பெற்றானும் இவ்வனைவரையும் சீதனமாக எழுதிக் குடுத்தேன்.

●

ஆ. சிவசுப்பிரமணியன்

<u>அடிமை ஆவணம் 8</u>

செய்தி	:	தாயையும் மகளையும் கோவில் அடிமையாக கோவில் அதிகாரிகள் ஏற்றுக் கொண்டமை.
வடிவம்	:	கல்வெட்டு
காணப்படும் இடம்	:	புதுக்கோட்டை மாவட்டம், திருமயம் வட்டம், பொன்னமராவதி ஊரிலுள்ள சுந்தர ராஜ பெருமாள் கோவிலின் வடக்குச் சுவர்.
காலம்	:	*கி.பி. 1453 ஜூன் 18.*
மூலம்	:	S.I.I. XXII; *19*, I.P.S. *793*

1 ஸ்வஸ்திஸ்ரீ[1] [||*] பபகாத்தழ கூடாஎய்டுன் மெற்ச் செல்லாநின்ற மிதுனநாயற்று பூருவப(க்)ஷத்து துவா-

2 தெசியும் சொமவாரமும் பெற்ற அனுஷத்து நாள் புறமலைநாட்டுப் பொன்னமராபதி-யில்

3 பெருமாள் அழகப்பெருமாள் விண்ணவர் எம்பெருமான் திருக்கொயிலில் ஸ்ரீபண்டாரத்-தாரொம் இ-

4 க்கொயிலில் எம்பெருமானடியாள் மல்லாயிக்கும் இவள் மகள் உலகுடையநாச்சி உள்-ளிட்-

5 டார்க்கும் பிறமாணம் பண்ணிக்குடுத்த பரிசாவது இவர்கள் பரதெசியாக இவ்வூரிலெ

6 வந்து இருந்து முன்னாள நள வருஷம் க்ஷாம[2]த்திலும் பிரமாதீச[3] பிறசாபதி வருஷம் க்ஷாமத்திலும்[2] இரக்ஷி[4]ப்பார் இல்லாமல் நலுங்கி கடன்காறரால் விதனமானது கொண்டு இவர்கள் பொன்ன(ன)மராபதி ஊரவரையும் எங்களையும் கூட்டி நாங்கள் இவ்வெம்பெருமானுக்கு அடிமை ஆகப் புகுந்தொம் எங்களை

7 க்காப்பாற்றிக்கொள்ளவெணும் என்று சொல்லுகை ஆலெ நாங்களும் ஊரவரும் இம்மரி ஆதிக்குப்பொருந்தி இந்த உலகுடைநாச்சிக்கு ஊரவரும் மல்லாயிக்கும் பொன்னன் உள்ளிட்டார்க்கும் சிபண்டாரத்திலும் ஆக மெலிவு குறை உண்[டா]னதும் தீர்ந்து இவர்களையும் எம்பெருமான் அடிமை ஆக முன்பெ திருவிலச்சி[னை][5]

•

அடிமை ஆவணம் 9

(அடிமை விலைப் பிரமாணம்)

செய்தி : வறுமையின் காரணமாகப் பறையர் சிலர் தம்மைத் தாமே அடிமைகளாக விற்றுக் கொண்டமை.

வடிவம் : ஓலைச்சுவடி.

கிடைத்த இடம் : கவிமணி தேசியவிநாயகம் பிள்ளை சேகரித்த கன்னியாகுமரி மாவட்டம் அழகியபாண்டியபுரம் முதலியார் ஓலைச்சுவடிகளுள் ஒன்று.

காலம் : கி. பி. 1459

மூலம் : அ. கா. பெருமாள், (1999 : 37–38) *நாஞ்சில் நாட்டு முதலியார் ஓலைச்சுவடிகள் காட்டும் சமூகம்.*

கொல்லம் 634 புரட்டாசி மாதம் 14 பூறுவ பக்ஷத் பஞ்சமியும் புதன்கிழமை யும் பெற்ற அனிஷத்தின் நாள் செய்த அடிமை விலைப் பிரமாணமாவது மலை மண்டலத்து இரவி நல்லூர் நற்பள்ளி இராமன் அய்யப்பனான நயினாற்கு முள்ளி நாட்டு சேரவன் மாதேவிப் புறஞ்சேரியில் கிடக்கும் பறையரில் அவையன் சோழ கேரளச்சாம்பான் மகன் அவையனும் மருமகன் தடியனும் இவன் தங்கை நல்லியும் ஓம் எங்களை நாங்களே அடிமைவிலைப் பிரமாணஞ் செய்து குடுத்த பரிசாவது அவ கால பஞ்சமாய்க் காலுங் கண்கெண்டையும் வீங்கிக் கஞ்சிக்கு அலக்கையாலே எங்கள் நாயனும் இட்டுலக்கியாதது கொண்டு எங்களே நாங்களே அடிமை விலைப் பிரமாணஞ் செய்து குடுத்தோம் அவையத்தானும் இவன் மருமகன் தடியனும் இவன் தங்கை நல்லியும் ஓம் இராமன் அய்யப்பனான நயினாருக்கு இம்மரு சாதி எழுதிக் குடுத்த எங்களுக்கு இற்றை நாள் (நடுவர்) முன்பாக விலை நிற்செயித்த அன்றாடு வழங்கும் நென்மேனி கலியுகராமன் பணம் 70 இப்பணம் எழுபதும் விலையாவணக் களத்தே காட்டி ஏற்றிக்கைச் ....

•

அடிமை ஆவணம் 10

செய்தி : தேவடிமையாக விடப்பட்ட பெண்களுக்கும் அவர்களது உறவினர்களுக்கும் தேவடிமைக் காணியாக நிலம் வழங்கியமை.

வடிவம் : கல்வெட்டு

காணப்படும் இடம் : புதுக்கோட்டை மாவட்டம், திருமயம் வட்டம், பொன்னமராவதி சோழேசுவரர் கோவில்.

காலம் : கி.பி. *1478* அக்டோபர் *27.*

மூலம் : S.I.I. XXVI: *8*. I. P. S. *817*

1 ஸ்வஸ்திஸ்ரீ [||*] சகாப்தம் ௲சால் மெல் செல்லாநின்ற விளம்பி
2 வருஷம் அற்பசி ௴ உ௰அ । புறமலைநாட்டு பொன்னமராபதியில் உடையார்
3 இராசெந்திரசொளிசுரமுடைய நயினாற்கு மதுரையில் [ௌ]அழகியசொக்கனார் கொயிற்
4 கைக்கொளரில் முன்னடைவு ஆவுடையார் ஸ்ரீவராககண்டியதெவன் தன்மமாக
5 தேவடிமையாகவிட்ட மாணிக்கு இவள் [ம]கன் இலக்கப்பனும் பெரிய முதலியும் இ-
6 வள் மகள் சந்தனத்தாயழகியாரும் இவள் தங்கை மாலையாரும் இவன் தம்பி
7 நயினானும் நெ . . இவள் மகன் பொத்தரசனும் இவன் தம்பி [பிச்சனும்] ஆக இவர்-
8 களை சன்னதியில் திருச்சூலத்தாபனமும் பண்ணித்தந்தமைக்கு இவர்களுக்குத் திரு-
9 முகக்காணியாக இலக்கைக்கு இன்னயினார் திருநாமத்துக்காணியான விசங்கு-
10 ன்ற வயலில் இராசனெரிக்குடிக்காடு உட்பட விட்ட நீ௯சுல் விசங்குன்றக்குளத்தில் மு-
11 றை விழுக்காட்டிலெ இரண்டு மா நிலத்துக்குத் தண்ணீரும் விட்டு இக்குடிகாட்டில் முன்-
12 குளப்புன்சையும் இராசநெரியான மழவராயநல்லூர் வயலி[ல்] விட்ட நீ பசு ஆக . நீ கப(ப)
13 திருமடைவிளாக்கத்தில் விட்ட நாச்சியார் கொயிலுக்கு வடசிறகில் மனை ஆறும் முன்னடை-
14 வு ஆக இம்மரியாதி சத்திராதித்தவரையும் தெவடிமை காணியாக
15 [ந]டந்த பொதக்கடவார்கள் ஆகவும் இப்படிக்கு இவை இக்கொயி-
16 ல் கணக்கு நம்பிள்ளைவெளார் எழுத்து [||*]

அடிமை ஆவணம் 11

(வெள்ளாட்டி விலை ஓலைக்கரணம்)

செய்தி	:	வெள்ளாட்டி*யை விலைக்கு விற்றமை.
வடிவம்	:	ஓலைச்சுவடி.
கிடைத்த இடம்	:	கவிமணி தேசியவிநாயகம் பிள்ளையால் குமரி மாவட்டத்தில் சேகரிக்கப்பட்டது.
காலம்	:	கி. பி. 1711.
மூலம் கற்க	:	Kerala Society Papers

சகாந்தம் 886, செல்லா நின்ற கொல்லம் ஆனி 30 அமாபஷத்து துவாதசியும் ஆதித்தவாரமும் எனக் காணமும் விரித்திரி, நாம் நித்தியொகமும் உரொகணி நாட் செய்த வெள்ளாட்டி ஒலைக்கரணமாவது, நாஞ்சிநாட்டு ஆனரவாய் மொழியில் பொய்க்கலைமகன் ஆண்டிச்சிப் பிள்ளைக்கு ஷெநாட்டு புதுக்கிராமத்தில் ... அய்யனடியானேன் வெள்ளாட்டி விலை ஒலைக் கரணம் எழுதிக் குடுத்த பரிசாவது. நான் குருபர முடையோனாய் ஆண்டு அனுபவித்து வருகிற . . . கொள்வாருளரோ கொள்வாருளரோ என்று நான் முற்கூற இவர் கொள்வோமென்று பிற்கூறி எம்மிலிசைந்து. எதிர் மொழி பிற்கூறி மறுமொழிகேட்டு ... மன்றி நிறுத்தி நால்பேர் கூடி நடுவர் முன்பாக விலை நிச்சயித்த அன்றாடகன் வழங்கும்நெல் மேனி கலியுகராமன் 50 ஊசிக் காணம் 1 ஆக51 யிப்பணம் அன்பத் . . . களத்தே காட்டி ஏற்றி கைச்சிலவாச கொண்டு விலைக்கு விற்று பொருள் பற்றி விற்று விலைப்பிராமணம் செய்து குடுத்தேன்.

•

* வெள்ளாட்டி – பணிப்பெண்

அடிமை ஆவணம் 12

(பறையடிமை விலை ஓலை)

செய்தி : தனக்கு உரிமையான நான்கு அடிமைகளை ஒருவர் விற்றமை.

வடிவம் : ஓலைச்சுவடி.

கிடைத்த இடம் : ஆரைவாய்மொழி வரலாறும், மீனாட்சி சுந்தரேஷ்வரர் கோவிலும் *(1943:113)*, என்ற நூலின் ஆசிரியர் ஆர். பத்மநாபபிள்ளை குமரி மாவட்டம், ஆரல்வாய்மொழியில் சேகரித்தது.

காலம் : கி.பி. 1717.

மூலம் : ஆர். பத்மநாபபிள்ளை மேற்கூறிய நூலில் 113ஆம் பக்கம் வெளியான இவ் ஆவணத்தை அ.கா. பெருமாள் *(1999: 48)* வெளியிட்டதிலிருந்து.

நாஞ்சி நாட்டு ஆரைவாய்மொழி ஆறுமுகப்
பெருமாள் நந்தீஸ்வரன் உள்ளிட்டாருக்கு மேற்படி
நாட்டு தாமரைகுளம் கணக்கு பூதலிங்கம்
ஆதிச்சன் உள்ளிட்டார் பறையடிமை விலை ஓலை
எழுதிக் கொடுத்த பரிசாவது—நாங்கள்
குருபரம் பரையுடை யோமாக ஆண்டு அனுபவித்து
வருகிற ஆரைவாய்மொழி ஸ்ரீபால பொய்கை
புறஞ்சேரியில் கிடக்கும் தீண்டாதாரில் பறை இசக்கி
புலமாடத்தியும் மேல்படியாள் முலை யுண்ணியும் பறை
மாரச்சி புரவுகாணியும் அதற்கிளைய ஆண் புரசு
சின்னக்காணியும் ஆக்சனம் நாலும் விலை கொள்வரோ
கொள்வாருளரோ வென்று நாங்கள் முற்கூற
விலை கொள்வோம் கொள்வோமென்று இவர்
பிற்கூறி எம்மிலிசைந்து எதிர்

மொழி மொழிந்து மறுமொழி கேட்டு உறு
மொழி பேசி தம்மில் பொருந்திய
ஆரைவாய்மொழி மன்றருகில் நிறுத்தி நால்வர்
கூடி நடுவர் மூலமாக நிச்சியித்த அன்றாடகம்
வழங்கும் நெல்மேனி கலியுக ராமன் பணம் நூற்றம்பது
இப்பணம் நூற்றைம்பதுக்கும் விலையாவணக்களத்தைக்
காட்டி பெற்று கைசெலவாக கொண்டு
விலைய விற்று பொருளைப் பற்றி விற்று
விலைப் பிரமாணம் செய்து கொடுத்தோம்.

ஆ. சிவசுப்பிரமணியன்

அடிமை ஆவணம் 13

(வெள்ளாட்டி விலை ஓலைக்கரணம்)

செய்தி : தனக்குரிய வெள்ளாட்டி ஒருத்தியை விற்றமை

வடிவம் : ஓலைச்சுவடி.

கிடைத்த இடம் : குமரி மாவட்டம்.

காலம் : கி. பி. 1711.

மூலம் : அ.கா. பெருமாள் (1999) நாஞ்சில்நாட்டு முதலியார் ஓலைகள் காட்டும் சமூகம்.

. . . . நாஞ்சிநாட்டு ஆரைவாய்மொழியில் பொய்க்கலைமகள் ஆண்டிச்சிப் பிள்ளைக்கு ஷை நாட்டு புதுக்கிராமத்தில் சொல் விளங்கும். பெருமாள் மகள் அய்யனடியாளென வெள்ளாட்டி விலை ஓலைக்கரணம் எழுதிக்குடுத்த பரிசாவிது. நான் குருபர முடையொனாய் ஆண்ட அனுபவித்து வருகிற நாகர்மகள் நல்லதம்பியை கொள்வாருளரோ கொள்வாருளரோ என்று நான் முற்கூற இவர் கொள்வோமென்று பிற்கூறி எம் மிலிசைந்து எதிர்மொழிமொழிந்து மறுமொழி கேட்டு பூதப்பாண்டியில் மன்றினிறுத்தி நால்பெர் கூடி நடுவர் முன்பாக விலைநிற்செயித்த அன்றாடகன் வழங்கும் நென்மேனி கலியுக ராமன் பணம் 50ம் யூசிக்கரணம் பணம் 1 ஆக பணம் 51யிப் பணம் அன்பத்தி ஒன்றும் விலையாவணக் களத்தெ காட்டியேற்றி கடச்சில வறக்கொண்டு விலையறவிற்றுப் பொருளறப் பற்றி விற்று விலைப்பிறமாணஞ்செய்து குடுத்தென் சொல் விளங்கும் பெருமாள் மகள் அய்யனடியாள். பொற்கலை மகள் ஆண்டிச்சிப்பிள்ளைக்கு இப்பரிசு விற்ற வெள்ளாட்டி நாகர் மகள் நல்லதாய்க்கு இதுவெ விலையிது யாவதாகவும் இது வல்லது, வேறு விலையாவணச் சிலவாவணப் பொருளா வணப்பொருள் மாவறுதிபொருள் சில வொலைக் கரணவும் காட்டவும் கடவதன்றியே யொருகாலாவது யிருகாலாவது முக்காலாவது ஒலைக்குற்றம் எழுத்துக்குற்றம் சொற்குற்றம் பொருள் குற்றம் வெட்டுச்செதுக்கு வரி மாறாட்டம் வாசகப்பிளை மற்றுமெல் குத்தமும் குத்தமதன்றியெ விற்று விலைப் பிரமாணஞ்செய்து குடுத்தேன். சொல் விளங்கும் பெருமாள் மகள் அய்யனடியாள். பொற்கலைமகள் ஆண்டிச்சிப் பிள்ளைக்கு. இப்படிக்கு சொல்விளங்கும் பெருமாள் மகள்

அய்யனடியாள் தற்குறிக்கு தற்குறி மாட்டறிந்தெனும் இப்படி இவர்கள் சொல்ல இந்த வெள்ளாட்டி விலையோலைக் கரணம் நடுவெழுதின நாஞ்சினாட்டு தாழைக்குடியில் பெருமாள்க்குட்டி பரதெசி அறிவென். உலகுடைப்பெருமாள் வேலாயுதப் பெருமாளும் அறியும் இப்படி அறிவேன் அணஞ்சபெருமாள் கோணைப்பிள்ளையும் இப்படி அறிவேன் அறமளத்த நயினான் படக்குட்டியும் அறியும் இப்படி அறிவேன் செந்திப் பெருமாள் உலகுடைப் பெருமாளும்.

•

அடிமை ஆவணம் 14

(வெள்ளாட்டி விலை ஓலைக்கரணம்)

செய்தி : *தனக்குரிய வெள்ளாட்டி ஒருத்தியை விற்றமை.*

வடிவம் : *ஓலைச்சுவடி.*

கிடைத்த இடம் : *குமரி மாவட்டம்.*

காலம் : *கி. பி. 1730.*

மூலம் : *அ. கா. பெருமாள் (1999) நாஞ்சில் நாட்டு முதலியார் ஓலைகள் காட்டும் சமூகம்.*

. . . நாஞ்சிநாட்டு உதையன் புதுவூரில் அணஞ்சிப்பிள்ளை மகள் அணஞ்சிப் பிள்ளைக்கு முறத்தாநாட்டுப் பணகுடியில் உத்தம நாச்சியார் மகள் மயிலேறும் பெருமாள் உள்ளிட்டார் நான் விலைகொண்டுடைய வனாய் ஆண்டனுபவித்துவருகிற வெள்ளாட்டி காந்திமதியை விலைகொள்வாருளரொ கொள்வாருளரொ என்று நான்முற்கூற இவர் கொள்வோங் கொள்வோமென்று பிற்கூறி எமமிலிசைந்து எதிர்மொழி மொழிந்து மறுமொழிகேட்டுத் தம்மில் பொருந்தி நாஞ்சிநாட்டு பூதப்பாண்டி மன்றில் நிறுத்தி நால்வர்கூடி நடுவர்முன்பாக விலை நிற்செயித்த அன்றாடகன் வழங்கும் நெல் மேனி கலியுகராமன் பணம் 20 ஊசிக்கரணம் பணம் 1ஆம் ஆக பணம் 21இல் ஊசிக்கரணம் பணம் நீக்கி பணம் 20ஆம் விலையாவணக் களத்தேக்காட்டியெற்றிக் கைச்சிலவாககொண்டு விலையறவித்துப் பொருளறப் பற்றி விற்று விலைப் பிரமாணஞ்செய்து குடுத்தென் உத்தம நாச்சியார் மகள் மயிலேறும்பெருமாள் உள்ளிட்டார் அணஞ்சிப்பிள்ளை மகள் அணஞ்சிப்பிள்ளைக்கு நான்விலை கொண்டுடையவளாய் ஆண்டனுபவித்து வருகிற வெள்ளாட்டி காந்திமதிக்கு இதுவே விலை ஒலையாவதாகவும் இதுவல்லது வெறு விலையாவணப் பொருளாவணச் சிலவாவணப் பொருளமாவறுதிப் பொருள் சிலவோலைக் கரணவுங்காட்டவும் கடவதன்றியே. ஒரு காலாவது, யிருகாலாவது, முக்காலவது, ஒலைக்குற்றம், எழுத்துக்குற்றஞ், சொற்குற்றம், பொருள் குற்றம், வெட்டுச் செதுக்கு, வரிமாறாட்டம் வாசகப்பிளை, வரிமறுத்தெழுதல், மற்று எக்குற்றமும் குற்றமன்றியெ விற்று விலைப் பிரமாணஞ்

செய்துகொடுத்தேன். உத்தம நாச்சியார் மகள் மயிலேறும்பெருமாள் உள்ளிட்டார் அணஞ்சிப்பிள்ளை மகள் அணஞ்சிப்பிள்ளைக்கு இப்படிக்கு உத்தம நாச்சியார் மகள் மயிலெறும்பெருமாள் உள்ளிட்டார் தற்குறிக்கு தற்குறி மாட்டெறிந்தவனும் இப்படியிவர்கள் சொல்ல இந்த வெள்ளாட்டி விலையோலை நடுவெழுதின நாஞ்சிநாட்டு பூதப்பாண்டியில் அணஞ்சமுத்து பூதலிங்கம் எழுத்து. இப்படி அறிவேன் முறத்தாநாட்டுப் பணகுடியில் செந்தியப்பெருமாள் குமாருப்பிள்ளை. இப்படி அறிவேன். பூதப்பாண்டியில் குலசேகரப்பெருமாள் பூதநாதன் இப்படி அறிவேன். கலியுகத்துமெய்யன் சேசக்குட்டி இப்படி அறிவேன். நயினான்குமாரசாமி இப்படி அறிவேன். ஆயிரங்காவுடையான் பூதனாதன். மயிலேறும் பெருமாள் பெயர் பெண்பாலே.

அடிமை ஆவணம் 15

செய்தி	:	மக்களை ஏமாற்றி அழைத்து வந்து அயல்நாடுகளுக்கு அடிமைகளாக விற்றமை
வடிவம்	:	நாட்குறிப்பு
கிடைத்த இடம்	:	பிரஞ்சு அரசின் துபாசாகப் (மொழிப் பெயர்பாளராக) பணியாற்றிய ஆனந்தரங்கம் பிள்ளைஎழுதிய நாட்குறிப்பு.
காலம்	:	*1743 ஜூன் 15*
மூலம்	:	புதுவை மொழியியல் பண்பாட்டுக் கழகம் வெளியிட்ட ஆனந்தரங்கப்பிள்ளை சொஸ்தலிகித நாட்குறிப்பு, தொகுதி ஒன்று *(பக். 171 –173)*

1743 ௵ ரூன்மீ 15 உக்கு ஆனிமீ 25உ, செவ்வாய்க் கிழமை. நாள்.

இந்தப்பட்டணத்திலே நடந்த அதிசயம் என்னவென்றால் இவ்விடத்திலேயிருந்து சிறையன் கொண்டுவித்த பரமானந்தனென்கிறவனைப் பிடித்து கைக்கும், காலுக்கும் விலங்கு போட்டுக் கசெத்திலே கோட்டையிலே போட்டார்கள். அதெதினாலென்றால், கோட்டையிலே ஒயர்வு சுகீப்பர் உத்தியோகத்திலேயிருக்கப்பட்ட முசே . . .க்கு ஆஸ்தகனாயிருக்கிற மூசே ஸூது (M. Soude) என்கிறவன், பரமானந்தன் கையிலே பணங் காசு கொடுத்து சிறையன் (Slaves) கொண்டு வரச்சொன்னபடியினாலேயே அவன் தன்னுடைய மனுஷரை விட்டு வெளியிலே மனுஷரை அனுப்பி சிறைகொண்டு வரச்சொன்னபடியினாலே அவர்கள் போய் சிறிதுபேரை கைவிலைக்கு கொண்டு வந்ததும் அத்துடனே கூட சிறிது பேரை வழியிலே மோசம் பண்ணிக்கொண்டு வந்தார்கள்.

அப்படி வெகுபேரை சுண்ணாம்பிலே மருந்து கலந்து கொடுத்தும் கையிலே மைச்சிமிள் வைத்துக்கொண்டுயிருந்தும் அதனாலே மோசம் பண்ணியும் வெகுபேரைக் கொண்டு வந்தார்கள். அப்படியிருக்கச்சே இவ்விடத்திலே அதுகள் எப்படி வெளியான வயணம் எப்படியென்றால் இவ்விடத்திலே மணிலா மலையப்பனெகிறவன், உத்தியோகமில்லாமல் பரமானந்தனிடத்திலே போகவராயிருந்தவன் இந்தச் சாடைகளெல்லாம் பார்த்தான். அவன் வந்து இருசப்பசெட்டி முத்துசெட்டியுடனேயும்

குடைக்கார ரங்கப்பனுடனேயும் சொன்னான். அவர்கள் போய் குதிரை பார்க்க வேறுமென்கிறதாக சாக்கிட்டுக்கொண்டு பின்னையும் நாலுபேர் செட்டியனைக் கூட்டிக்கொண்டு போனார்கள் அவ்விடத்திலே போய் சிறைக் கூடத்துக்குள்ளே போனவுடனே அங்கே நாலுபேர் செட்டிகளும் ஒரு செட்டிக்கு அம்மையும் இவர்கள் பந்துசனமாயிருக்கிறவர்கள் ஓடிவந்து காலிலே விழுந்து அழுதார்கள். அவர்களை விசாரிக்குமிடத்தில் ஒருத்தனை மூட்டையிருக்கிறது எடுத்துவாரியா கூலி தருகிறோம் என்று அழைத்து வந்து உள்ளே போனவுடனே மொட்டை அடித்து காலிலே விலங்கு போட்டார்களென்று சொன்னார்கள். ஒருத்தனிருந்துகொண்டு வெத்திலையிலே சுண்ணாம்பு தடவிக்கொடுத்தார்கள். அதை போட்டுக் கொண்ட உடனே என்னமோ மயக்கமாயிருந்து வந்துவிட்டேனென்று சொன்னான். ஒருத்தன் சொன்னது சங்கமாத்திரை பண்ணுகிறார்கள். வாரீயா என்றழைத்தார்கள். உள்ளே வந்த உடனே மொட்டை அடித்தார்கள் என்று சொன்னான். பின்னையும் சிறிது பேர் விறகு கட்டு விலைபேசி அழைத்துக்கொண்டு வந்து உள்ளே விட்டு மோசம் பண்ணினதும் பில்லுக்கட்டுக்காரரை அழைத்துவந்து மோசம் பண்ணியும் நாலாவிதமும் சிறை பிடித்தார்கள். இதல்லாமல் தலங்கம்பாடி யண்டையிலே ஒரு கிராமத்திலே இவர்களுக்கு ஒரு வீடு இருக்கிறதாம். அந்த ஊருக்கு மேற்கே குப்பக்காட்டுகளிலேயும் இப்படித்தான் மோசம் பண்ணி அந்த வீட்டிலே நூறுபேர் அன்பது பேரைக்கொண்டுவந்து அடைத்து வைத்து ஒரு இராத்திரியிலே படகின் பேரிலே ஏற்றி, அரியாங்குப்பத்திலே கொண்டுவந்து இறக்கி, அவ்விடத்திலே இவன் வீடு ஒன்று இருக்கிறது, அந்த வீட்டிலே கொண்டுவந்து அடைத்து அவ்விடத்திலே மொட்டையடித்து கறுப்பு புடவைகளைக் கொடுத்து ஒரு காலிலே விலங்கு வளையம் போட்டு அங்கேயிருந்து இராத்திரியிலே சாச்சுக் கொண்டுவந்து சூதன் வீட்டிலேயிருக்கிற சிறைக்கூடத்திலே அடைத்துப்போடுகிறதும். கப்பல் போகச்சே அப்படித்தானே படகிலே ஏற்றி கப்பலின் பேரிலே ஏற்றிவிடுகிறதும் இப்படியாக நாலு மூன்று தரம் ஏற்றியும்விட்டார்கள். அதிந்த மட்டும் வெளியாகாமலிருந்தது இப்போது இருசப்பசெட்டி, முத்தும், ரங்கப்பனாலையும் வெளியாச்சுது. அதின் பேரிலே இவர்கள் போய் மூசே சூதனுடனே இப்படியானால் வருகிறவனை போகிறவனை எல்லாம் பிடித்துக்கொண்டு வந்திருக்கிறார்கள். நாங்களறிந்தவர்கள் நாலைந்து பேரிருக்கிறார்கள் அதை தீர விசாரிக்கவேணுமென்று சொன்னார்கள். அதற்கவன் சொன்னது நான் பணங் கொடுத்தல்லோ கொண்டது போவென்று சொல்லி அதை விசாரித்தான். இவர்கள் மோசம் பண்ணிக் கொண்டுவந்தது பிசகில்லை. அந்த ஐந்து பேரையும் கூட்டிக்கொண்டு கனகராய முதலியாரண்டைக்கு

அனுப்பி விட்டுவிடச்சொன்னான். அவரதை இருசப்பசெட்டி முத்தண்டைக்கு அனுப்பிவித்தார். அவன் ஒப்புக்கொண்டால் என்ன பதிலாமைவருமோ என்கிறதனாலே ஒப்புக்கொள்ளமாட்டோம் என்றான் அதன் பேரிலே சூதன் புறப்பட்டு கனகராயமுதலியார் வீடு சேஷாசலசெட்டியார் வீடு நம் வீடு இருசப்பசெட்டி முத்துவீடு. இவ்விடங்களுக்கெல்லாம் போய் வீடுவீடாய் நுழைந்து அவரவருக்கு ரொம்ப தெரியப்படச் சொல்லிப் போட்டார்கள். அந்த மட்டிலே காலமே கனகராய முதலியார் போய் ௳ துரையவர்களுடனே இந்த வயணமெல்லாம் சொன்னார் அதன் பேரிலே பரமானந்தனை அழைத்துவரச் சொன்னார்கள். அவனைப்போய் கும்பனீர் சேவகர் அழைக்கவே உள்ளேயிருந்த அருளானந்தனென்கிறவன் தோட்டத்தாலே ஏறிக் குதித்து பாதிரி கோயிலிலே பூந்துகொண்டான் பரமானந்தனை மாத்திரம் கொண்டுபோய் கோட்டையிலே கச்சோத்திலே போட்டார்கள். மூசே சூதை உத்தியோகத்தை வாங்கிப்போட்டு அவனுக்கு எஜமானனாயிருக்கிற குவனர் துரையவர்களை அழைத்து அவனுடைய கணக்கு வழக்கெல்லாம் ஒப்புக் கொள்ளச் சொல்லி உத்தாரங்கட்டளையிட்டு அந்த உத்தியோகத்துக்கு வேறே ஒரு வெள்ளைக்காரனை நேமித்து உத்தியோகம் கொடுத்தார்கள்.

குறிப்பு : புதுச்சேரியில் மட்டுமின்றி செங்கல்பட்டு மாவட்டத்திலும் சிறை என்ற சொல்லால், அடிமையை குறிக்கும் பழக்கம் இருந்துள்ளது. செங்கல்பட்டு மாவட்டத்தின் பண்ணையாளர்கள் தமது படியாட்களுக்கு வழங்கும் பணம் மற்றும் விழாக்காலங்களில் வழங்கும் ஆடை ஆகியன "சிறைப் பணம்" என்று குறிப்பிடப்படுவதாக Grey என்ற ஆணையர் 1918இல் செங்கல்பட்டு மாவட்டம் குறித்த தமது ஆய்வில் குறிப்பிட்டுள்ளார் (Gunnel 1997 : 84).

•

அடிமை ஆவணம் 16 (பறையடிமை ஓலை)

செய்தி : பறையர் சாதியினர் மூவரை அவர்களது உரிமையாளர் மற்றொருவருக்கு விற்றமை.

வடிவம் : ஓலைச்சுவடி

கிடைத்த இடம் : தாழைக்குடி 3

காலம் : கி.பி. 1753.

மூலம் : பதுமனாபபிள்ளை எழுதிய, தாழைக்குடி சரிதமும் சயந்தீசர் அழகம்மன் கோவிலும் (1944) என்ற நூலில் பக்கம்: 134 – 135

உயர்திரு முத்தும்பெருமாள்பிள்ளை
மூத்தபிள்ளையவர்கள் தந்தது.

பறையடிமை ஓலை.

சகாத்தம் கதுளாருயாநுன் மேல் செல்லா நின்ற கொல்லம் கதுஎ௬ மார்கழி மீ உரு உ சனிக்கிழமையும் பூர்வ பட்சத்து பஞ்சமியும் சதய நச்சத்திரமும் சிங்கக்கரணத்தில் நாள் செய்த பறையடிமை விலையோலைக்கரணமாவிது. நாஞ்சி நாட்டு தாழைக்குடியில் கணக்கு தம்பிரான் தோழன் பள்ளி உணர்த்தணஞ்ச பெருமாளுக்கு ஷெ நாட்டு ஷெ ஊரில் கணக்கு தாணுமாலயப்பெருமாள் ஆதிச்சன் உள்ளிட்டாரான பறையடிமை விலை யோலை எழுதிக்குடுத்த பரிசாவிது. நாங்கள் குருபரமுடையோருமாக ஆண்டனுபவித்து வருகிற

தாழைக்குடி பெரும் பறஞ்சேரியில் கிடக்கும் தீண்டாதாரில் பற....அவன்புரச் அவனுக்கிளைய ஆள் நடம் விலைகொள்வாருள ரோ கொள்வாருளரோ என்று நாங்கள் முற்கூற கொள்வோம் கொள்வோம் என்று இவர் பிற் கூறி எம்மிலிசைந்து எதிர் மொழி மொழிந்து மறுமொழிகேட்டு உறுமொழி பேசி தம் மில் பொருந்தி தாழைக்குடி மன்றில் நிறுத்தி சபேர் கூடி நடுவர் முன்பாக விலை நிச்சயித்த அன்றூடகம் வழங்கும்

நெல் மேனி கலியுகராமன் ப-140 ஊசிக்காணம் ப 4-ம் ஆக ப 144. இப்பணம் நூற்றிநாற்பத்திநாலுக்கு விலையா வணக்களத்தே காட்டி எத்தகைய சிலவாகக்கொண்டு விலை யற விற்று பொருளறப்பற்றி விற்று விலை பிரமாணம் செய்து கொடுத்தேன். கணக்கு தாணுமாலயபெருமாள் ஆதிச்சன் உள்ளிட்டாரென கணக்கு தம்பிரான்தோழன் பள்ளியுணர்த் தணஞ்சபெருமாள் இப்பரிசுவிற்ற பற... அவள் புரசு அவனு க்கிளையாக இவர்கள் நபேர்க்கும் இதுவே விலையோலை யாவதாகவும் இதுவல்லது வேறு விலையாவண சிலவாவண பொருளாவண பொருள் மாண்டறதிப்பொருள் சிலவோலை காணமும் காட்டவும் கடவதன்றி ப ஒரு காலாவது இரு காலாவது மூக்காலாவது ஓலைக்குற்றம் எழுத்துக்குற்றம் சொற்குற்றம் பொருள் குற்றம் வெட்டுச்செருக்கு வரிமாறாட் டம் வாசகப்பிழைமாறு எக்குற்றமும் குற்றமன்றி வியாபித்து விலைப்பிரமாணம் செய்து குடுத்தேன். கணக்கு தாணுமா லயப்பெருமாள் ஆதிச்சன் உள்ளிட்டாரென கணக்கு தம்பி ரான் தோழன் பள்ளியுணர்த்தணஞ்ச பெருமாளும் இப்படி கணக்கு தாணுமாலயப்பெருமாள் ஆதிச்சன் உள்ளிட்ட இப் படி இவர்கள் சொல்ல இக்கப்பறையடிமை விலை ஓலை கடுரிவழு தின ஷை தேசம் ஊர் கணக்கு பூதனுதன் தெக்கா முத்து ஒப்பு இதற்கு அறிவு சாட்சிகணக்கு அய்யப்பன் அழகன் பெருமாள் ஒப்பு ஷை அய்யப்பன் பல்ப்பனுபன் ஒப்பு.

•

அடிமை ஆவணம் 17

(கிரய சாசன முறி)

செய்தி	:	தாயொருத்தி தன் ஐந்து வயது மகளை விற்றமை
வடிவம்	:	காகித ஆவணம்.
கிடைத்த இடம்	:	புதுச்சேரி இந்திய தேசிய ஆவணக் காப்பகம். (பதினெட்டாம் நூற்றாண்டு கோப்பு 91).
காலம்	:	கி.பி. 1781, நவம்பர் 25.
மூலம்	:	எஸ். ஜெயசிலா ஸ்டீபன், "புதுவை ஆவணக் காப்பகத்தில் ஓர் அடிமைச் சாதனம்" என்ற தலைப்பில் **ஆவணம்** இதழில் (எண்: 8, 1997, 96) வெளியிட்டது.

1781ம் ஆண்டு நொவம்பர் மீ 25உ செல்லும் பிரபவ வருஷம் கார்த்திகை மீ 3 புதுவை மாநகரம் ஊர் சவுத்ரி அவர்கள் முன்பாக மரியம்மாளுக் கரிக்கமேடு பள்ளி பொன்னன் பெண் ஜாதி தயிலம்மை கிறைய சாசன முறிக்கொடுத்த படி என் பெண் பேர் கவுதித்தாள் (வ)யது 5 ஜாதி பள்ளிச்சி சேந்தவள் இவள் கொள்வாருளரோ கொள்வாருளரோ வென்று கூறுகையில் மரியம்மாள் நானே கொள்வேனென்று பின் கூறுகையில் (யின்) நான் சந்துகம்பில் பொருந்தி . . . மொழிந்தனாலும் பொமத்தினுதர் முன்பாக நிச்சயித்த ராசி புதுச்சேரி ரூ. 2 இந்த ரூ. இரண்டுக்கு விலையறவித்துப் பொருள்படி கொண்டேன். இதுவே விலையாகவும் இதுவே விலை கிறையமாகவும் புத்திர பௌத்திர பாரம்பரியம்மாய் இந்த சிறை தாமேயனுபவித்துக் கொள்கிறது. இந்தப்படி சம்மதித்து மரியம்மாளுக்கே பொன்னன் மேற்படி பெண்ஜாதி தயிலம்மை ஓம்கிறைய சாதன முறிகொடுத்தேன். சாக்ஷி சேர்வைக்கார முத்து நாயக்கர், சீட்டு எழுதின நன்மைக்கு சாவடி ஊர் கணக்கு நயினியப்ப பிள்ளை கணக்கு நடராயன் கையெழுத்து.

•

அடிமை ஆவணம் 18

(பறையடிமை விலை ஓலைக் கரணம்)

செய்தி	:	பறையர் குலப்பெண்ணொருத்தி, தன் மகனுடன் விற்கப்பட்டமை.
வடிவம்	:	ஓலைச்சுவடி.
கிடைத்தஇடம்	:	கவிமணி தேசியவிநாயகம்பிள்ளையால் குமரி மாவட்டத்தில் சேகரிக்கப்பட்டது.
காலம்	:	கி.பி. 1793.

சகாப்தம் 1120ன் மேல் காலயுக்தி வருஷம் மிதுனசனி மேட வியாழம் நின்ற கொல்லம் 973மாண்டு சித்திரை மாதம் 142 திங்களாட்சையும் பூச நட்சத்திரமும் பூர்வ பழத்து சப்தமியும் சூலநாம் யோகமும் கோபுக்காணமும் பெற்ற இந்நாளால் செய்த பறையடிமை விலை யோலைக் காணமாவது.

ஆளுரான விக்கிரம சோழ பாண்டிய புரத்துத்கரம் உடைய நயினான் தாணுமாலையப் பெருமாள் முதலியாருக்கு பாண்டி மண்டலம் தேசத்து. முறத்தானாடு பனவூரில் இருக்கும் செட்டி அணஞ்ச பெருமாள், கரயாளம் சித்திர பித்திரனின் பறயடிமை விலையொலை எழுதிக்கொடுத் பரிசாவது. என் காரணவன் குருபரனுடை யோனாக ஆண்டனுபவித்து வருகிற அடிமையாவது அளூர் புறஞ்சேரியில் கிடக்கும் பற்குஞ்சிக் கருத்தி மகள் சிவனியும் அவள் புரசு திருமாடனும் ஆக உரு இரண்டும் கொள்வா ருளரோ கொள்வாருளரோ என்று யான் முதற்கூற கொள்ளுவம் கொள்ளுவம் என்று இவர் பிற்கூறி எம்மில் இசைந்து எதிர்மொழி மொழிந்து மறுமொழி கேட்டு தம்மில் பொருந்தி ஆளுமன்றில் ஏற்றி நாலு பேர் நடுவர் முன்பாக விலை நிச்சயிச்ச விலைப்பொருளர்த்தம் அன்றாடகன் விளங்கும் நெல்மேனி கலியுக ராமன் பணம் 140 இப்பணம் நூற்று நால்ப்பதும் விலையாவணக்களத்தே காட்டி ஏற்றி கைச்சிலவற கையில் ஈடேறப் பற்றிக்கொண்டு ஆசந்திரதாரமே சந்ததிப் பிரவேசமே விலையாக எழுதி நீரோடும் வார்த்துக் கொடுத்தேன். அணஞ்ச பெருமாள் கரையாளன் சித்திர புத்திரனேன் நகரம் உடைய நயினார் தாணுமாலயப் பெருமாள் முதலியாருக்கு இப்பரிசு விற்ற அடி மைக்கு இதுவே விலையோலை யாவதாகவும் இதுவன்றி வேறோரு காரணம் காணம் காட்டவும்

கடவதன்றியே ஒருக்காலாவது இருக்காலாவது முக்காலாவது ஒலக்குற்றம் எழுத்துக் குற்றம் எழுத்தாணிக்குற்றம் சொல் குற்றம் பொருள் குற்றம் வெட்டுச்சிருக்கு வரிமாறாட்டம் வாசகப்பிழை வரி நுழைந்தெழுதல் மற்றும் மேல் குற்றவும் குற்ற மன்றியே, இதுக்கு அறிவும் சாக்கியும் நகரம் சிதம்பரம் சுப்பிரமணியன் முதலியாரும் அறியும் கணக்கு பகவதி பல்ப்பனாபனும் அறியும் மாடனடியான் நாராயணனும் அறியும். இவர்கள் நாலுபேருமறிய இந்தப் பறயடிமை விலை ஒலை எழுதிக்கொடுத்தேன். அணஞ்ச பெருமாள் கரையாளன் சித்திரத்திரனென் நகரம் உடைய நயினான் தாணுமாலப் பெருமாள் முதலியாருக்கு இப்படிக்கு அணஞ்ச பெருமாள் கரையாளன் சித்திரபுத்திரன் (ஒப்பு) இப்படி இவர்கள் சொல்ல இந்தப் பறையடிமை விலையோலை எழுதின ஆளூர்தேசத்து ஊர் கணக்கு வேல் முருகன் சிதம்பரம் (ஒப்பு).

•

அடிமை ஆவணம் 19

(அடுமை சாதன முறி)

செய்தி : தனது நான்கு அடிமைகளை நிலக்கிழார் ஒருவர் மற்றொரு நிலக்கிழாருக்கு விற்றமை.

வடிவம் : ஓலைச்சுவடி

கிடைத்த இடம் : நாகை மாவட்டம், சீர்காழி ஊரில் பாலசுப்பிரமணிய முதலியார் குடும்பம்.

காலம் : கி.பி. பதினெட்டாம் நூற்றாண்டின் இறுதி.

மூலம் : "அடிமை விற்பனை குறிக்கும் ஆள் ஓலைகள்" என்ற தலைப்பில் ச. கிருஷ்ணமூர்த்தி எழுதிய கட்டுரை. கல்வெட்டு எண்: 17 காளையுக்தி ஆண்டு சித்திரைத் திங்கள்.

1. ஸ்ரீமகா மண்டலேசுபரன் அரியதளவிபாடன் பாஷைக்குத் தப்புவராய கண்டன், கண்ட நாடு கொண்டு கொண்ட நாடு கொடாதான் சமுத் திராதிபதி கோ. .
2. திக்கானாம கோகுலவங்கிஷாதிபதி ஆக்கிஞா சுக்கிரீபன் அசுவந்த குலசேகரன் நவகோடி நாராயணன் ரத கெச துரக பதாதியுடைய சாம்றாத்தி வல்லவன் சகல. .
3. சத்திய வாசகன், துலுக்கர் கொட்டந் தவிழ்த்தான் துலுக்கர் மோகந் தவிழ்த்தான் ஒட்டிய தளவிபாடன் யிம்மண்டல முங்கொண்டு யீழந்திறை கொண்ட ராசாதிராசன் ராசபர(ரே. .
4. ராசமாற்த்தாண்டன், ராசகெம்பீரன், அடலரசர் குலைகாரன் இளவரசர் மணவாளன், ஒட்டியர் மோகந்தவிழ்த்தான் துஷ்ட்ட பரிநகுலன் சிஷ்ட்ட பரிபாலன், நரபதி, கெசபதி, அசுபதி, தனபதியான் . .
5. ராயன் பூச்சக்கிற தேவமகாராய வீரப்பிறதாப மகாராய வீரநரசிங்க மகாராயர் வாமதேவ மகாராயர் வல்லாள தேவமகாராயர் வீரவசந் தராயர் கிருஷ்ணராயர் மகாராயர் யிராமதேவமகாராயர் . . . .

6. பண்ணி அருளாவின நின்ற சாலிவாகன சகாத்தம் யிதின் மேல்ச் செல்லா நின்ற விளம்பிஞ் ஆடிமீ ௨௭௳ திரவாரம் அவிட்ட நஷ்ஷத் திரமும் பவுர்ணமியும் கூடிய சுபதினத்தில் ராசாதி ராசன் ராச வ . . . .

7. கொள்ளடத்துக்குத் தெற்குக் காவேரிக்கு வடக்கு உபைய காவேரி மத்தியில் திருப்பனைந்தாள்ச் சீமைச் சோழம் பெடண மாகாணம் ரெட்டி கடலங்குடியிலிருக்கும் காவெட்டிவெங்குள . . . .

8. சீமை குண்ண மருதூர் மாகாணம் மங்கை நல்லூரிலிருக்கும் சுப்பிரமணிய முதலியார் அவர்களுக்கு அடுமை சாதன முறி கொடுத்தபடி யென்னுதான பறையன் றி . . . .

9. முத்தான்–யிந்த மூணு ஆளும் வெளிச்சான் பெண்சாதி பார்வதியும் யிந்த னாலு செனத்தையும் மங்கை நல்லூரில் ஆவணக் களரி யேத்தி கொள்வாருளரோ கொள்வாருளரோ (வென்று) . . . .

10. பிற்கூறி கொள்வோ மென்று யெம்மிலுமிசைந்து யெதிர் மொழிமொழிந்து னாலு மத்திஸத்தாள் முன்பாக விலை நிற்யணம் பண்ணினது கோபால சக்கரம் குளிகை ௰௪ இந்தப் பதினாலு பொன்னும் . . .

11. ருளப் பத்திக் கொண்டது விபரம்படியினாலே இந்தப் பறையனுக்கு யாதொரு கலனுமில்லை கலனுளதாயித் தோன்றினால் னானே கலன்* தீத்து துடர்ச்சியை நீக்கி ஆஷ்ஷி செலுத்தித் தரக் கடவேனாகவும் யிந்தபடி சம்மதித்து . . .

12. சுப்பிரமணிய முதலியார் அவர்களுக்கு ரெட்டி கடலங்குடியிலிருக்கும் ராமச்சந்திரனாயகர் ஆள் அடுமை சாசனம் பண்ணிக் குடுத்தேன் இந்தச் சாசனத்துக்கு ஏட்டுக் குத்தம், எழுத்தாணிக்குத்தம், வரி பிசகு, புள்ளடி நெரிசல் குற்றெ. . . கடவதாகவும் இவர்கள் சொல்ல சாதனம் எழுதினது வேங்கடபதி நெட்டெழுத்து இந்த படி அறிவேன் தியாகராசன் இந்தபடி ராமபத்திரன் உபாதிசாமிஅயன் – யிந்தக்கீறல் பார்வதி – யிந்தக் கீறல் சாசி–ராமசந்திரன்[8] இந்தக் கையி எழுத்து ராமச்சந்திரனாயகர்

•

---

* கலன் – கடன்

அடிமை ஆவணம் 20

செய்தி : தனது அடிமை ஒருவரை நிலக்கிழார் விற்றமை.

வடிவம் : ஓலைச்சுவடி

கிடைத்த இடம் : நாகை மாவட்டம், சீர்காழி ஊரில் பாலசுப்பிரமணிய முதலியார் குடும்பம்.

காலம் : கி.பி. பதினெட்டாம் நூற்றாண்டின் இறுதி.

மூலம் : "அடிமை விற்பனை குறிக்கும் ஆள் ஓலைகள்" என்ற தலைப்பில் ச. கிருஷ்ணமூர்த்தி எழுதிய கட்டுரை. கல்வெட்டு எண்: 17 காளையுக்தி ஆண்டு சித்திரைத் திங்கள்.

(அடுமை சாதனம்)

1. ஸ்ரீமன் மகா மண்டலேசுரன், பாண்டிக்'கித் தப்புவராய கண்டன் மூவராய கண்டன், கண்டநாடு கொண்டு கொண்ட நாடு குடாதான் இம்மண்டலமும் வீழமும் திறை கொண்ட

2. ருளிய ராசாதிராசன், ராசமார்த்தாண்டன், பிறபுடை தேவமகாராயர் கிருஷ்ணதேவ மகாராயர் செல்லா நின்ற சாலிவாகன சகார்த்தம் . . . செல்லா நின்ற விளம்பிஷு

3. சித்திரை மீ சூஉ சீகாழி சீமை குண்ண மருதூர் மாகாணம் மங்கநல்லூரிலிருக்கும் சீகாழி சுப்பிரமணிய முதலியார் அவர்களுக்கு ஷேமங்க நல்லூரிலிருக்கும் தியாகராச முதலியார்

4. பறையன் பேரில் அடுமை சாதனம் பண்ணி குடுத்தபடி யென்னுதான பறையன் சந்தோசிமகன் ராயனை கொள்வார் கொள்ளுவார் யென்றுனான் முற் கூற கொள்வோம் கொள்வோம்

5. யென்று பிற்கூறி மத்திஷ்சாள் கூடி நிஷ்சயம் பண்ணினது கோபால சக்கரம் குளிகை இந்தப் பத்துப் பொன்னும் அங்கடி பார்வையாக ஒரு கிழிபட னான்பத்திக் கொண்ட படியினாலே புத்திர

6. பவுத்திர பாரம்பரையம் சந்திர சூரியாள் உள்ளமட்டும், கல்லும் காவேரியும், பில்லும் பூமியும் உள்ளமட்டும் ஆண்டு அனுபவிச்சுக் கொண்டு யெய்ப்பற்பட்ட தொழிலும்

7. செய்விச்சுக்கொண்டு சுகத்திலே ஆண்டு அனுபவிச்சுக் கொள்வராகவும் இந்தபடி சம்மதித்து சுப்பிரமணிய முதலியார் அவர்களுக்கு தியாகராச முதலியார் சாதனம் பண்ணி குடுத்தேன்

8. இந்த ராயன் பேரில் யாதொரு கலனும் இல்லை கலனுகள் உண்டா னால் அது நானே தீத்து தருவேனாகவும் இந்த சாதன முறியெழுதின நன்மைக்கு மங்கநல்லூர் ராமபத்திரன்

9. னெட்டெழுத்து இந்தபடி தியாகராசன்

•

அடிமை ஆவணம் 21

(அடுமை சாதனம்)

செய்தி	:	தமது அடிமையை குடும்பத்துடன் நிலக்கிலார் ஒருவர் விற்றமை.
வடிவம்	:	ஓலைச்சுவடி
கிடைத்த இடம்	:	நாகை மாவட்டம், சீர்காழி ஊரில் பாலசுப்பிரமணிய முதலியார் குடும்பம்.
காலம்	:	கி.பி. பதினெட்டாம் நூற்றாண்டின் இறுதி
மூலம்	:	'அடிமை விற்பனை குறிக்கும் ஆள் ஓலைகள்" என்ற தலைப்பில் ச. கிருஷ்ணமூர்த்தி எழுதிய கட்டுரை. கல்வெட்டு எண்: 17 காளையுக்தி ஆண்டு சித்திரைத் திங்கள்.

1. நளஷு தையிமீ 24உ குருவாரமும் பூறுவ பஷ்சமும் ரேபதி நஷ்செத்திரமும் சஷ்ட்டியும் கூடின சுபதினத்தில் சீகாழிச் சீமை குண்ண மருதூர் மாகாணம் கஞ்சா நகரம்
2. வடபாதியிலிருக்கும் அப்பாச்சி முதலியார் அவர்களுக்கு தீவிச் சீமை அட்டாங்கிசத்திலிருக்கும் சுப்பா படையாச்சி பறையன் பேரில் அடுமை சாதனம் பண்ணிக் குடுத்தபடி
3. யென்னுதான பறையன் மகன் ராமன் அவன் பெண்டாட்டி முக்கட்டை அவன் பிள்ளையள் இவாளை அடங்கலும் கொள்வார் கொள்ளுவார் யென்று னான் முற்கூற
4. கொள்வோம் கொள்வோம் யென்று பிற் கூறி மத்திஷத்தாள் கூடி நிஷ்சயம் பண்ணினது கோபால சக்கிரம் சுழி உஅம இந்த யெண்பது பொன்னும் அங்கடிப் பார்வையாக
5. ஒரு கிழிப்பட வடபாதி உதையப்பையன் ரெங்கய்யனவர்கள் முகாந்திரம் னான் பத்திக் கொண்ட படியினாலே புத்திர பவுத்திர பாரம்பர்யம் சந்திராதித்தாள் உள்ள வரை க...

6. கல்லும் காவேரியும், பில்லும் பூமியும் உள்ள வரைக்கும் ஆண்டு அனுபவிச்சுக் கொண்டு யெப்பேற்ப்பட்ட தொழிலும் செயவிச்சுக் கொண்டு சுகத்திலே ஆண்டு அனுபவிசசுக கொ(ள்)

7. வராகவும் இந்தப்படி சம்மதித்து அப்பாச்சி முதலியார் அவர்களுககு சுப்பா படையாச்சி சாதனம் பண்ணிக் குடுத்தேன் இந்த ராமன் பேரில் யாதொரு கலனும் இல்லை.

8. கலனுளாதிகில் அது னானே தீத்துத் துருவேனாகவும் இந்தச் சாதன முறி எழுதின நன்மைக்கி

9. ஊர்க் கணக்கு அய்யன் யிந்த படிக்கு சுப்பா படையாச்சி கயி எழுத்து

10. சாட்சி ரெங்கய்யன்

11. சாட்சி உதயபயன்

•

150 ஆ. சிவசுப்பிரமணியன்

அடிமை ஆவணம் 22

செய்தி : தன் மாமனாரால் தஞ்சை அரண்மனைக்கு விற்கப்பட்ட தன் மனைவியை மீட்டுத் தரும்படி சென்னையிலிருந்த கிழக்கிந்தியக் கம்பெனி அதிகாரிகளுக்குக் கணவன் எழுதிய மனு

வடிவம் : மோடி எழுத்தில் எழுதப்பட்ட காகித ஆவணம் (தஞ்சை மராத்தியர் மோடி ஆவணம்)

கிடைத்த இடம் : தஞ்சாவூர்.

காலம் : கி.பி. 1832, ஆகஸ்ட் ,

மூலம் : *தஞ்சை மராட்டியர் மோடி ஆவணத் தமிழாக்கமும் குறிப்புரையும் – தொகுதி இரண்டு, (1989) தஞ்சை தமிழ்ப் பல்கலைக்கழக வெளியீடு, பக்: 160.*

சென்னப்பட்டணம் மகாகனம் பொருந்திய கவர்னர் துரையவர்களாகிய ஜான்லாறட்டு வெல்பின்ஸ்டன்[218] கவர்னர் துரையவர்கள் சமூகத்துக்கு

சித்தூர் ஜில்லாவைச் சேர்ந்த ராய வேலூர் கோட்டையிலிருக்கும் சோலையா பிள்ளை மகன் கும்பகோணம் சபாபதியாபிள்ளை யிருந்த வணக்கத்துடனே சலாகு செய்து எழுதிக் கொண்ட பிராது[219] என்னவென்றால்,

நான் முன்னாலே இந்த தஞ்சாவூர சீமையைச் சேர்ந்த கும்பகோணத்திலிருக்கும் போது, உத்தேசம் ய க ஐ க்கு[220] முன எனக்குக் கல்யாணகு செய்ய நானும் என் தாயாரும் ஷை தஞ்சாவூரைச் சேர்ந்த திருவையாறுக்கு வந்து பெண் விசாரித்த விடத்தில் கள்ளச் சாதியாக ஷை திருவையாற்றிலிருக்கிற பெரியநாயக் கொத்தன் என்பவன் தான் வெள்ளாளச் சாதி யென்றும், தனக்கு மீனாட்சி யென்று ஒரு பெண்ணிருக்கிறதாகவும், அந்தப் பெண்ணை எனக்குக் கல்யாணம் பண்ணிக் கொடுக்கிறதாகச் சொன்னதினாலே அப்போது அவன் கள்ளசாதியென்று எனக்குத் தெரியாமல் இருந்ததினாலேயும், அந்தப் பெண்ணைக் கல்யாணம் பண்ணிக் கொள்ள என் தாயாரும் நானும் சம்மதித்து, எங்கள் ஜாதி வழக்கப்படி ஷை பெண்ணுக்கு நான் ரூ. உ ய க பணம் பரிசங் கொடுத்து, ரூ எ வரையில் சிலவு செய்து, கல்யாணகு செய்து கொண்டு, ஷை பெரியநாயகத்துடன் நான் 2 ஐவரைக்கும் யோகக்ஷேமம் ஒன்றாக யிருந்தேன். அப்பால் நான் சீவன் நிமித்தியம் ஷை ராய வேலூர் கோட்டைக்குப் போக வேண்டியிருந்ததினாலே என் பெண்சாதியான ஷை மீனாட்சியை என் வசங் கூட்டிவிடச்சொல்லி, ஷை பெரியநாயகத்தை நான் கேட்டதற்கு ஷை பெண் ஏழு வயது (உடையவளாக) இருப்பதினாலே அந்தப்பெண் ருதுவாகிற வரையில்[221] அவளைத்தான் போஷிக்கிறதாயும் அந்தப்பெண் ருதுவானவுடனே காகித மூலமா யென்னை இவ்விடத்துக்கழைக்கிறதாயும், வந்தபின் ருதுசாந்தி கலியாணகு செய்வித்து, பெண்ணை என பின்னே கூட்டியனுப்பகிறதாயும் சொன்ன வார்த்தையை நான் மெய்யென்று நம்பி, ஷை ராயவேலூருக்குப் போய் விட்டேன். அவ்விடத்தில் போய்ச் சேவகம் அமர்ந்து மாதம் -க -க்கு ரூ. ட ஈ சம்பாதித்து ஜீவனகு செய்து கொண்டிருக்கையில் ஷை பெரியநாயக

---

218. ஜான் லாட்டு வெல்பின்ஸ்டன் - John Lord Elphinstone; இவர் 6-3-1837 முதல் 23-9-1842 வரை கவர்னராக இருந்தவர்.

219. பிராது - முறையீட்டு விண்ணப்பம்

220. பதினொரு வருஷத்துக்கு

221. ருது ஆகிறவரையில் - பெரியவள் ஆகிறவரையில்

கொத்தன் என்பவன் எனக்கு யாதொரு கடுதாசியும் எழுதி யனுப்பிவிக்கவில்லை. நான் என் சேவக நிமித்தியத்தினால் திருவையாற்றுக்கு இதுவரையில் அட்டிப்பட்டிருந்தேன்[222]. ஷெ பேட்டை ஸ்ரீ கண்டியமகாராஜா[223] அவர்கள் (தாயாரவர்கள்) ஷெ தஞ்சை நகரம் மகரநோன்புச்சாவடிக்கு வருகிறதாய் அந்தச் சவாரியில் என்னை நேமித்து அதனாலே ஷெ சாவடிக்கு வந்த நான் என்பெண் சாதியைப் பார்க்க ஷெ திருவையாற்றுக்கு வநதவிடத்தில் ஷெ பெரியநாயகக் கொத்தனைக்கண்டு என் பெண்சாதி எங்கேயென்று, நாளது[224] ஜுலை மீ த்தில் போய்க்கேட்டதற்கு நான் ஊரில்லாத காலத்தில் ஷெ பெண்ணுக்குச் சம்பந்தமில்லாத திருவையாற்மிறாட்டிய[225] லெட்சுமி பாயி என்பவளும், பெரியான் என்பவனும் ஷெ தஞ்சை நகரத்தைச் சேர்ந்த மாது ஸ்ரீபாயிசாயபு[226] அவர்கள் அரண்மனையில் வித்துப் போட்டதாய்ச் சொல்லிப் போட்ட படியாலும், அந்தப்பெண்ணுக்கு ஷெ பாயிசாயேபு அவர்கள் அரண்மனையில் ஆனந்தவல்லி என்றும் பேர் வைத்து இருக்கிறதாக நான் கேள்விப்பட்டிருப்பதாலும், ஷெ பெண் கள்ளச்சாதியாயும், ஒருவேளை தோஷாறோபண[227] முள்ளவளாயிருந்த போதிலும், அந்தப் பெண்ணை யிப்போது நான் சேர்த்துக் கொள்ள சம்மதித்திருப்பதாலும், என் பெண்சாதியை எனக்கு விடுதலை செய்து கொடுக்க வேணுமென்று தஞ்சாவூர் ரெசிடெண்டு வேலை பார்க்கிற என். டபிள்யூ. கின்றர்சலி இஸ்க்குயர்[228] துரையவர்களுக்கு நான் பிராது கொடுத்ததற்கு என் பெண்சாதியை விடுதலை செய்யாதபடிக்கு, கும்பனியில் பிராது செய்து கொள்ளச் சொல்லி இன்று செய்து கொடுத்து விட்டபடியால் நான் ஏழையும் இனிமேல் அவ்வளவு பணஞ் சிலவுசெய்து, கல்யாணம் பண்ணிக் கொள்ளவேறே நிர்வாக[229] மில்லாதவனாயிருக்கிறபடியால் சகல பிரஜைகளுக்கும் நீதிநியாயஞ் செய்கிற தாங்கள் தயவு செய்து ஷெ யென் பெண்சாதியை விட்டுவிடும் படியாக உத்திரவு அனுப்பிவிக்கக் கேட்டுக் கொள்ளுகிறேன். நான் ஏழையான படியால் தங்களிடத்திலிருந்து உத்திரவு வருகிற வரைக்கும் தஞ்சாவூர் தபால் ஆபீசில் காத்திருக்கிறேன்.

௲௮௱௪௰௨ ௵ | வேணும்
ஆகஸ்டு மீ ௰௨ ௳ | அனேக சலாம்.

௲௮௱௪௰௨ ௵ ஜுலை மீ ௨௰௧ ௳யில் கின்டர்சலி துரையவர்கள் கொடுத்த யிண்டார்சுமெண்டில்[230] கண்ட விவரங்களைப் பார்க்குமளவில் இதில கவர்ண்மெண்டார் பிரவேசிப்பதற்கு அசாத்தியமில்லை[231]. சென்னப்பட்டணத்தின் கோட்டை ௲௮௱௪௰௨[232] ௵ ஆகஸ்டு மீ ௰௯ ௳ உத்திரவுபடிக்கி.

---

222. அட்டிப்பட்டிருந்தேன் - தாமதப்பட்டேன் (அதாவது வரவில்லை)

223. கண்டிய மகாராஜா - விக்கிரமசிங்கர் என்பவர் ஆவர். கி.பி.1816இல் ஆங்கிலேயர் கண்டியைக் கைப்பற்றினர்; விக்கிரமசிங்கர் என்ற அரசரை அப்பதவியினின்று நீக்கினர்; அவரையும் அவர் தாயையும் அவரது நான்கு மனைவியரையும் சென்னைக்கு அனுப்பினர். பின்னர் யாவரும் வேலூருக்கு அனுப்பப்பட்டனர் (பக்கம் 96)

224. நாளது - ௵ 1842.

225. மிறாட்டிய - மராட்டிய

226. மாதுஸ்ரீ பாயிசாயேப் என்றது அஹல்யாபாயியை ஆகலாம்.

227. தோஷாரோபணம் - குற்றம் பொருந்துதல் (ஆரோபணம் - ஏறிடுதல்)

228. என் டபிள்யூ கின்றர்சலி இஸ்க்குயர் - N.W.Kindersly Esq.

229. நிர்வாகம் - தகுதி; செல்வவளம்

அடிமை ஆவணம் 23

செய்தி	:	தந்தை வீட்டில் இல்லாதபோது அவரது இருமகள்களையும் தஞ்சை அரண்மனைக்கு அடிமைகளைச் சேகரிக்கும் பணியில் ஈடுபட்டிருந்த அதிகாரிகள் பிடித்துச் சென்றமை. தனது இரு மகள்களையும் விடுவிக்கும்படி சென்னையிலுள்ள ஆங்கில அதிகாரிகளுக்குத் தந்தை எழுதிய கடிதம்..
வடிவம்	:	மோடி எழுத்தில் எழுதப்பட்ட காகித ஆவணம், (தஞ்சை மராத்தியர் மோடி ஆவணம்)
கிடைத்த இடம்	:	தஞ்சாவூர்.
காலம்	:	கி. பி. 1842, ஆகஸ்ட் .
மூலம்	:	தஞ்சை மராட்டியர் மோடி ஆவணத் தமிழாக்கமும் குறிப்புரையும் – தொகுதி இரண்டு, (1989) தஞ்சை தமிழ்ப் பல்கலைக்கழக வெளியீடு. பக்: 151.

சென்னப்பட்டணம் கோட்டை ஆலோசனையில் ஸ்ரீ ஸ்ரீ கனம் பொருந்திய கவுன்மெண்டார் துரையவர்கள் சமூகத்திற்கு,

திருவாதி[195] தாலூகா கெண்டற கோட்டைச் சேர்ந்த அக்கச்சிப் பட்டியிலிருக்கும் மிராசு[196] சிதம்பரம் பிள்ளை மிகவும் வணக்கத்துடனே சலாம் செய்து எழுதிக் கொண்ட வாக்குமூலம் என்னவென்றால்.

தஞ்சாவூர் ஸ்ரீ ஹைநீஸ்[197] மகாராஜா சாயேபு அவர்களுடைய அரண்மனையில் சிறைகளைச் சேர்க்கிற முன்னிலைக்கு[198] நீங்கள் அக்கச்சிப்பட்டியிலிருக்கும் போது, அவ்விடத்தில் காலட்சேபத்துக்கு[199] நடவாமல் தஞ்சாவூருக்கு என் குழந்தைகளை அழைத்துக் கொண்டு பிழைக்க வந்த விடத்தில் அப்போது சிறக்களை[200] சேர்க்கும்படி யாயி நேமித்திருந்த சிவஞானதன உத்தியோகஸ்தாளை நேமித்திருந்தார்கள். ஷை அதிகாரத்தாள்[201] நாங்கள் ஏ்ட்டிலில்லாமல் வெளியில் வேலை செய்யப் போயிருக்கும் போது அந்த நேரத்தில் என் வீட்டில் ஷை யார் வந்து துறாகிருதமாய்[202] என்னுடைய மகள் பெரியநாயகம் -க-மங்களம்

---

193. ராக்ஷஸ - அண்டறுபதுள் 49 ஆவது

194. பாலகவாதியர் - இளம்பெருமக்கள்

195. திருவாதி - திருவையாறு

196. மிராசு - பரம்பரை உரிமை

197. ஹைநீஸ் - Highness

198. சிறைகளைச் சேர்க்கிற முன்னிலைக்கு - அடிமைகளைச் சேர்ப்பதற்காக

199. காலட்சேபத்துக்கு நடவாமல் - பிழைப்பதற்கு ஒன்றும் இல்லாமையால்

200. சிறக்களை - அடிமைகளை

201. அதிகாரத்தார் - அதிகாரிகள்

202. துறாகிருதமாய் - வன்மையாய்

-க மிந்த இரண்டு பெண்களையும் பிடித்துப்போய் அரண்மனையில அடைத்துப் போட்டார்கள். நானபோய் அரண்மனை உத்தியோகஸ்தானை கேட்கொல்லிக் கேட்டதற்கு என்னை அவர்களுடைய பாராவில் வைத்து, அன்ன ஆகாரத்துக்கு விடாமல் கெட்டிபத்திரம்[203] செய்தார்கள். பிறகு எனக்குத் தெரியாமல மாறுபாடாய் ஒரு பெண்ணை நாயனிராயத்துக்கு விற்றது போலவும் சீட்டு எழுதினதாயும் பொய்சீட்டு உண்டுபண்ணி அதில் என் கையெழுத்து வைக்கச் சொன்னார்கள். அப்படிக்கு நான் ஒரு ஆதாரில்[204] கையெழுத்து வைத்தால் என் பெண்களை விருதிபருதாயும் இல்லாவிட்டால் ஒரு பெண்களையும் என்னையும் பாராவில் தானே இருந்து போறமைக்கும் விட்டோட்டேனெனறு அடித்து வெகு தொந்திரவு செய்ததினால் ஒரு இமுசையை[205] நான் பொறுக்க மாட்டாமல் பயந்து என் கையெழுத்து வைத்துக் கொடுத்தேனே அல்லாமல் என் மன சம்மதியாய்[206] வைக்கவில்லை. இது சங்கதியைக் குறித்து அரண்மனையில் நான் ஒரு காசாவது பணமாவது[207] பெற்ற இனத்திலும் வாங்கவில்லை. இதைக் குறித்து ரசிடெண்டு துரையவர்களிடத்தில் உட்டமனை நான் வாக்குமூலம் கொடுத்ததற்கு ஒரு யாதொரு விசாரணை செய்யாமல் பெண்ணை அடித்துக் துரத்தி விட்டார். இதைக் குறித்து கவர்ன்மெண்டார் துரையவர்களிடத்தில் தபால் மார்க்கமாக வாக்குமூலம் எழுதிக் கொண்டதுக்கு ஒரு சொதுகனை[208] கட்கொல்லி இப்போ ஒரு ரசிடெண்டா யிருக்கிற விண்டர்ஸ்[209] துரையவர்களுக்கு உத்திரவு அனுப்பினதில அவர் என்னை வரவழைத்து விசாரணை செய்ததில் ஒரு சொதுகனை விருதிருதாய்ச் சொல்லி மறுபடி நாயனிராயத்துக்கு விற்றது போல என்னைக் கையெழுத்து வைக்கும்படி அடித்ததில் ஒரு உபத்திரவம்[210] பொறுக்க மாட்டாமல் கையெழுத்து வைத்தேன். இதைக் குறித்து தபால், கடுதாசி அனுப்ப வேண்டுமென்று போனபோதில் கடுதாசி கொடுத்ததற்கு ஒரு எடுக்கத் தேவையில்லையென்று அரண்மனையில் உத்திரவு கொடுத்ததாயும் உத்திரவின் பேரில் கடுதாசிகளை வெடுக்கி றதாகச் சொன்னதினால் குடிபடேன்வே போஸ்டாபீஸில் தபால் கட்டினேன். அதற்கு ஏதும் மிருக்கிறதினால் ஒரு கடுதாசிகளுக்குள் அடக்கம் செய்து இப்போது துரையவர்கள் சமுகத்துக்கு அனுப்பியிருக்கிறேன்.

---

203. கெட்டிபத்திரம் - உறுதிப்பத்திரம்
204. ஆதாரில் - சீட்டில்
205. இமுசையை - இம்சை - துன்புறுத்தல்
206. மனசம்மதியாய் - மனம் சம்மதித்து
207. காசு, பணம் - 32 காசு 1 பணம் (பக்.150)
208. சொதுகன் - [illegible]
209. விண்டர்ஸ் - (பக்கம் 67)
210. உபத்திரவம் - துன்பம்

ஆகையால் நான் மிகவும் ஏழையானதினால் (யஜமானர்கள்) தர்ம துரையவர்கள் தயவு செய்து என்னுடைய பெண்ணை என்னிடத்தில் விடச்சொல்லியும் ஷை நிலம்[211] சாகுபடி செய்யாமல் தரிசியாய்ப்[212] போட்டு, நான் தஞ்சாவூரில் காத்திருப்பதால் சர்க்காருக்குக் கிஸ்திப்பணம் செலுத்துகிற மிராசுதாரனானதினால் ஒழுங்குப்படி எனக்கு நியாயம் கிடைக்கும்படி மிகவும் மன்றாடிக் கேட்டுக் கொள்ளுகிறேன். மேலும் கோர்ட்டார் துரையவர்கள் ஆதரவு வந்தால் தஞ்சாவூரிலிருக்கிற வெங்கிடறாயர் என்கிற ரைடர்[213] என்பவன் ஷை உத்திரவு அழித்துப் போடுகிறதாயும் சென்னபட்டணத்துக்குப் பணம் லஞ்சம்கட்டி எவ்விதமும் நியாயமில்லாமல் செய்வேனென்று சபதம் கூறுகிறதினால் எங்களுக்குப் பணம்முதலானது கொடுத்து ஜெயிக்க எனக்கு நிர்வாக[214] மில்லாததினால் தர்ம துரையவர்கள் ஏழைகள் பேரில் கடாட்சம்[215] வைத்துக் காப்பாற்றும்படியாய் எங்கள் நியாயம் எங்களுக்கு கிடைக்கும்படியாய் ஷை பெண்ணுக்காக என் பெண்ணுக்காக என் பெண்ணைப்பரிசம் போட்டுக் கல்யாணம் செய்ய வேணுமென்று வந்த மனுஷன் ௩-மீ காத்திருக்கிறதினால், எங்கள் ஜாதியார் தள்ளுபடி செய்து எங்களை இருக்கும்படியாகவும் இருக்கிறதினால் ஷை கல்யாண தர்மம் கும்பனியாருடைய தர்மமானதினால் அந்தத் தர்மம் நீங்கள் தர்மதுரையவர்களாயிருக்கிறதினாலே ஷை பெண்களை விடுதலையாகும்படி உத்திரவு அனுப்ப வேணுமென்றும், அந்தப் பெண்கள் உங்களுடைய குழந்தைகளானதினாலே அனேக விதத்துடனே மிகவும் கேட்டுக்கொள்ளுகிறேன்.

இது சங்கதியில் எவ்வளவாவது வித்தியாசமாயிருந்தால் உடனே அந்த இடத்துக்கு வரவழைத்து நீங்கள் செய்யப்பட்ட ஆக்கினைக்கு[216] உட்பட்டு இருக்கிறோம். ஆகையால்.................... சவரட்சணை[217] செய்ய தர்மதுரையவர்களுக்கு மிகவும் வணக்கத்துடனே சலாம் செய்து, எழுதிக் கொண்ட............ வேணும். அனேகம் சலாம்.

௲௮௱௪௰௨ ௵ — இந்த கீறல்

ஆகஸ்ட் மீ ௬ உ — சிதம்பரம் பிள்ளை.

---

211. நிலம் என்றது சிதம்பரம் பிள்ளை வேண்டுகிறவருக்கு, அவர் ஊராகிய அக்கச்சிப்பட்டியிலிருந்த நிலம்

212. தரிசியாய் - தரிசாய், உழுதுபயிரிடாமல்

213. ரைடர் - எழுத்தர் (Writer)

214. நிர்வாகம் - நிறைவு

215. கடாட்சம் - அருள்

216. ஆக்கினை - ஆணை

217. சவரட்சணை செய்ய - காப்பாற்ற

அடிமை ஆவணம் 24

செய்தி : தாய்க்குத் தெரியாமலேயே அவளது ஒன்பது வயது மகள் அரண்மனைக்கு விற்கப்படல், தன் குழந்தையை மீட்டுத் தரும்படி தாய் தஞ்சை மன்னருக்கு எழுதிய மனு.

வடிவம் : மோடி எழுத்தில் எழுதப்பட்ட காகித ஆவணம், (தஞ்சை மராத்தியர் மோடி ஆவணம்)

கிடைத்த இடம் : தஞ்சாவூர்.

காலம் : கி. பி. 1842, ஆகஸ்ட்

மூலம் : *தஞ்சை மராட்டியர் மோடி ஆவணத் தமிழாக்கமும் குறிப்புரையும்* – தொகுதி இரண்டு, (1989) தஞ்சை தமிழ்ப் பல்கலைக்கழக வெளியீடு.

தஞ்சாவூரில் ரெசிடெண்ட் அலுவல் பார்க்கிற யென் டபிள்யூ கிண்டர்சலிஸ்கியர்[162] துரையவர்கள் சமூச்சேபத்துக்குப்[163] புதுக்கோட்டை சிலம்பாயி அனேகம் வணக்கத்துடனே சலாஞ் செய்து எழுதிக் கொடுத்த பெட்டிஷன்[164] என்னவென்றால்:-

ஷெ புதுக்கோட்டையிலிருந்து க - வயசுள்ள என்மகள் ரெங்கம்மா என்பவளை அழைத்துக் கொண்டு முத்தோஜி அப்பா[165] வீட்டுச் சந்நிவிருக்கும் தாசி விசாலாக்ஷி என்பவள் என்னைத் தன்னுடைய வீட்டுக்கு அழைத்துக்கொண்டு போய் னான் இருக்கிற ஏழ்மைத் தனத்தைப் பார்த்து, எனக்கு ௩௱ (3 1/2) ரூபாவுக்கு ஒருசேலை வாங்கிக் கொடுக்கிறதாயம் என் கையில் பணம் கிடைத்த பிற்பாடு ஷெ ௩௱ ரூபாயைக் கொடுத்துவிட்டால் என் பிள்ளையை அழைத்துக் கொண்டு போகச் சொல்லியும் சொன்னாள்.

---

162. கிண்டர்ஸ்லி - (பக்கம் 67) மிஸ்கியர் - Esquire (அவர்கள் போன்ற அடைமொழி)

163. சமூச்சேபம் - முன்னிலைக்கு

164. பெட்டிஷன் - Petition - மனு

165. முத்தோஜி அப்பா - இவர் ஒரு பட்டாளத்துக்குத் தலைவர் (பக்.80)

அவள் நம்பிக்கையாய் சொல்லுகிறபடியால், அதை நம்பி ஷெ ௩௱ ரூபாயுக்கு வாங்கிக் கொடுத்த சேலையைக் கட்டிக்கொண்டேன். என் கையில் சிலனாளைக்குப் பிற்பாடு கிடைத்த ரூ. ௩௱ யையும், ஷெ தேவடியாளிடத்தில் கொடுத்து என்பிள்ளை விடச் சொல்லிக் கேட்டதற்கு, உன் பிள்ளை என்னிடத்தில்லை அரண்மனையார் பிலவந்தமாய்[166] அழைத்துக்கொண்டு போய்விட்டார்களென்று சொல்லி, அரண்மனையாரிடத்தில், ௪௱ ரூபாய் வரைக்கும் பெற்றுக் கொண்டாள்.

அது முதல் யென்னுடைய ஞாயம் கிடைக்காமல் என்னூருக்குப் புறப்பட்டுப் போய்விட்டேன். இப்போது தர்ம துரையவர்களுடைய அதிகாரத்தில் அரண்மனையிலிருந்து விட்டு விட்ட என் பிள்ளையை என் வசம் ஒப்பிவிக்காமல் துறாகிதப் படுத்துகிறாள்[167]. ஷெ தேவடியாள் அரண்மனையில் என் பிள்ளையைக் கொடுத்து, பணம் வாங்கிக் கொள்வதற்கு முன் ஒரு தேங்காய் கொண்டு போய் என் பிள்ளைக்குக் கொடுத்ததற்கு அந்தத் தேங்காயை என்னிடத்தில் வாங்கினதற்கு ஏன் வாங்கினாய் என்றும், என்னிடத்தில் பேச வேண்டாமென்றும் அரிவாளை அடுப்பில் காய வைத்து, ஷெ பிள்ளையின் இரண்டு அடித்துடையிலுஞ் சுடு போட்டு அதனாலந்தப் பிள்ளை ரொம்பவும் மரண அவஸ்தையாயிருந்து பிழைத்தது. மறுபிறப்பு அந்த அடையாளமும் இருக்குது. கும்பனியா ரவர்கள் செய்யாத ஆக்கினை[168] செய்து இருக்கிறாள்.

ஆகையினால் தர்ம துரையவர்கள் ஏழையாகிய என்பேரில் தயவுசெய்து, ஷெ தாசி விசாலாட்சியையும், என்பிள்ளையையும் சமூகத்தில் வரவழைத்து ஷெ பிள்ளைக்கு இருக்கிற சுட்டின் தழும்புகளைக் கண்ணால் பார்த்து ஷெ தாசிக்குத் தகுந்த தண்டனை செய்கிறதும், தவிர, என் பிள்ளையையும் ஷெ தாசி(விசாலாக்ஷி) அந்தப் பிள்ளைக்காக அரண்மனையில் வாங்கின பணத்தையும் என்வசம் ஒப்பிவிக்கும் படியாய் உத்திரவாக வேணுமென்று, மிகவும் மன்றாடி கேட்டுக்கொள்ளுகிறேன்.

௲ ௮ ௱ ௪ ௰ ௨[169] ௵ — இந்தக் கிறல்

ஆகஸ்ட் மீ ௩ ௰ ௧ ௳ — சிலம்பாயி. (ஒ....ம்)

---

166. பிலவந்தம் - பலவந்தம் - வன்முறையில்

167. துறாகிருதம் படுத்துகிறாள் - நிந்தனை செய்கிறாள்

168. ஆக்கினை - தண்டனை

169. 31-8-1842

அடிமை ஆவணம் 25

(சிறை விலைக் கிரய சாசனம்)

செய்தி	:	ஒரு பெண்ணிடம் தான் விலைக்கு வாங்கிய பெண்ணை தாசி ஒருத்தி மற்றொரு தாசிக்கு விற்றமை.
வடிவம்	:	ஓலைச்சுவடி அல்லது காகித ஆவணமாக இருக்கலாம்.
கிடைத்த இடம்	:	சேகரித்தவர் குறிப்பிடவில்லை. பெரும்பாலும்தஞ்சை மாவட்டமாக இருக்கலாம்.
காலம்	:	கி. பி. *1845.*
மூலம்	:	*மராட்டியர் காலத்து ஆள்விலை ஆவணம்* என்ற தலைப்பில் மூ.துரைராசு ஆவணம் இதழ் 14இல் *(2003; 102 – 103)* வெளியிட்டது.

தாசி கமலமுத்து மகள் சண்முகம் சம்மதி

சுபஸ்ரீமன் மகாமண்டலீசுபரன் அரியதள விபாடன் பாஷைக்கி தப்பு வராத கண்டன் மூவராய கண்டன் கண்டநாடு கொண்டு கொண்டநாடு குடாதான் இம் மண்டலங் கொண்டு ஈழந் திரைகொண்டருளிய ராஜாதிராஜன் ராஜமார்த்தாண்டன் ராஜகெம்பீரன் ராஜபராமேஸ்பரன் ராஜமோகதளவிபாடன் ராஜமோகந் தவிழ்த்தான் துலுக்கர் தள விபாடன் துலுக்கர்மோகந் தவிழ்த்தான் ஒட்டியர் தளவிபாடன் ஒட்டியர் மோகந் தவிழ்த்தான் அசுபதி கெஜபதி நரபதி நவகோடி நாராயணன் தொண்டமண்டலத் தாபனாச்சாரியன் சோழமண்டல ப்ரதிஷ்டனாசாரியன் பாண்டிய மண்டல பறபனாசாரியன் துங்க ரெத்தின மாலிகா பரணன் சங்கீத சாயுச்சிய வித்தியா வினோதன் துஷ்ட நிக்கிரக திஷ்ட்ட பரிபாலகன் அஷ்ட்ட லட்சுமி பொருந்திய மார்பன் மண்டலாதிபதிகாரன் தெட்சண காவேரி சோழ பூமியில் நடுச்சோழ வள நாட்டில் ராஜ ராஜேசுபறனான ஏக சக்சி ராதிபதியான போசல வங்கிஷத்தில் ராஜமானிய ஸ்ரீயேகோஜி மகாராஜா சாயேபு அவர்கள் ராசச் சிம்ம மகாராஜா அவர்கள்–ரா–சறபோசி மகராஜா சாயேபு அவர்கள்–ரா–துக்கோசி மகாராஜா சாயேபு அவர்கள்–ரா– பிறதாப சிம்ம மகாராஜா சாயேபு

அவர்கள்–ரா–துளஜேந்திர மகாராஜா சாயேபு அவர்கள்–ரா–அமறசிம்ம மகாராஜா சாயேபு அவர்கள்–ரா– துளஜேந்திர மகாராஜா சாயேபு அவர்கள் புத்திர சிகாமணியான– ராசறபோஜி மகாராஜ சாயேபு அவர்கள் செல்வ கொமாறராகிய சிவாஜி மகாராஜா சாயேபு அவர்கள் ராச்சிய பரிபாலினத்து செங்கோல் செலுத்தி வருகிற னாளில் சாலியவாகன சகாந்தம் 1767 கலியுகம் 4945 இதின் மேல் செல்லாநின்ற குரோதி வருஷம் தை மாதம் 1–ந் தேதி தஞ்சநகரங் கோட்டைக் குள்ளிருக்கும் தாசி அங்கு மகள் பெரிய கோயில் தாசி கன்னம்மாளுக்கு சாமிமலை ப–னெனதித் தெருவிலிருக்கும் தாசி கமலமுத்து மகள் சண்முகம் சிரை விலைக் கிரைய சாசனம் பண்ணிக் கொடுத்தப் படி சிரை விலைக்கிரைய சாசன மு... துக்கு விபறம்.

வலங்கமானிலிருக்கும் பழணி படையாச்சி பெண்சாதி லெச்சுமி யெடத்தில ம–கார்த்திகை மாதம் 8–ந்தேதி ஷியாள் பெண்ணை ரூ. 100–க்கு கிரையசாசனம் பண்ணின பெண்ணை னான் வைத்து நிருவாகம் பண்ணுகிறதுக்கு யென்னுடைய காமல் ஆறண்டேயாவது குடுத்துவிட்டால் அந்தப் பெண்ணை பிழைத்துப் போகுமெண்டு நான்வீதியில் கொண்டு கொள்வாருளரோ கொள்வாருளரோ வெண்டு நான்முற்கூற தாங்கள் கொள்வோமெண்டு பிற்கூறி யென்மொழி கேட்டு எதிர்மொழி மொழிந்து கொள்வோமெண்டு கொள்வதற்கிசைந்து விற்போமெண்டு விற்பதற்குசைந்து நால்வர் கூடி மூவருலாவி யிருவர் நிச்சயித்து கும்பினி சிலாவணி ரூ. 8/–யிந்த எட்டு ரூபாயும் தெற்கு வீதி காசுக்கடை விசுவலிங்க செட்டியார் பார்வை யாக நான் ரொக்கம் பத்திக் கொண்டபடியினாலே நான் கிரையத்துக்குக் கொடுத்த பெண்ணுக்கு போக்கிலாதால் சிக்கமம மாநிறம் வயதுக்கு யிந்தப் பெண்ணை தமக்கு கிரயத்துக்குக் கொடுத்துவிட்டபடியினாலே யென்பெண் நீலாய தாட்சிக்கியிதுவே கிரைய சாசனமாகக் கட்டிக் கொண்டு புத்திர பௌத்திர பாரம்பரையாயி ஆண்டு அனுபவிப்பதாகவும்.

ஷி நீலாயதாட்சியுடைய கல ... சடலத்துக்குத் தாங்களே பாத்தியவான் களல்லாமல் யெனக்கு யாதொரு செரத்தையும் அக்கரையில்லை. யெண்பெண் நீலாயதாட்சி யாதொரு விமாச்சிதையும் வந்தால் நானே முன்னின்று தீத்துத் தருவேனாகவும் ஷிபெண்ணை நான் கிரயத்துக்கு வாங்கின சாசனமும் தம்மிடத்தில் கொடுத்திருக்கிறேன். இந்தப்படி சம்மதிச்சு பெருவிடையீசுபரர் கோவில் தாசி கண்ணம்மாளுக்கு சண்முகம் சிரைவிலை கிரய சாசன முறிக் கொடுத்தேன்.

மேலெழுதிய சிரைவிலை கிரய சாசனத்தில் கண்ட ரூ. 8/–க்கும்இதுவே பத்துச் சீட்டாகவும், கிரையசாசனமாகவும் தாம் கட்டிக்கொள்ளவேண்டியது.

இதுக்கு சாட்சி : அம்மாளு : இந்த தெலுங்கு அட்சரம் அம்மாளு சாட்சி.

கோபால நட்டுவாங்கம். வெங்கிடகிருஷ்ணநட்டுவனார் சாட்சி

பாருவை விசுவநாத செட்டி அறிவேன்

இந்தக் – கீரல் வயிஷ்ணும் ராமசாமி அய்யர் மகன் திருவேங்கடசாமி சாட்சி

எழுதின நன்மைக்கு ராவரா வாத்தியார் குமாரன் சட்டையப்ப வாத்தியார் நெட்டெழுத்து.

தாசி கமலமுத்து மகள் சண்முகம் சம்மதி

அடிமை ஆவணம் 26

(பள்ளு பிரியல் சீட்டு)

செய்தி	:	நிலக்கிழார் ஒருவர் தன் ஐந்து அடிமைகளைக் குடும்பமாக மற்றொரு நிலக்கிழாருக்கு விற்பனை செய்தமை.
வடிவம்	:	ஓலைச்சுவடி.
கிடைத்த இடம்	:	திருச்சிராப்பள்ளி மாவட்டம், லால்குடி வட்டம், நெடுஞ்சிலக்குடி ஊரைச் சேர்ந்த மராட்டிய பிராமணக் குடும்பத்திடமிருந்து பெறப்பட்டது.
காலம்	:	கி. பி. 1852 ஏப்ரல் 30,
மூலம்	:	ஏ. சுப்பராயலு பதிப்பித்த, *திருச்சிராப்பள்ளி மாவட்ட ஓலை ஆவணங்கள், (1991)* என்ற நூல் பக்: 32.

ஸ்ரீ ராம ஜயம். பரிதாபி வருஷம் சித்திரை மாதம் 20 தேதி கொண்டயம்பேட்டையில் இறுக்கும் பாபுராயர் பேறன் ராமசந்திர ராயறுக்கு ஆங்கரையில் இறுக்கும் கோதண்டராமயன் புத்ரன் யெக்கறாமயன் பள்ளு சுத்த கிரய சாசனம் பண்ணி குடுத்ததர்க்கு பள்ளு புரியல் சீட்டு மாந்துரை (வுள்ளன்) பனையடியான் பள்ளு 1, சன்னாசி பள்ளு1, மறுதயி பள்ளு1, பஞ்சன் பள்ளு 1, அநந்தன் பள்ளு 1, ஆக பள்ளு 5. யிந்த பள்ளு அஞ்சும் அதை சேர்ந்த ஆண் அடுமை பெண் அடுமை குடும்ப சகிதம் (நமக்கு) சுத்த கிரய சாசனம் பண்ணி குடுத்தபடியனாலெ மேற்படி பள்ளுக்கு புரியல் சீட்டு எழுதிகுடுத்தோம், யெக்கறாமய்யன்குமாறன் றாமயன் அறிவேன். மாந்துரையில்யிறுக்கும் சிவறாமய்யனாகிய அய்யாவய்ய னறிவேன். யிந்த பள்ளு புரியல் எழுதுனது மாந்துரை கணக்கு றாமயன்.

•

அடிமை ஆவணம் 27

(அடிமைச் சீட்டு)

செய்தி : தன் மகன் திருமணத்திற்காக நிலக்கிழாரிடம் கடன் வாங்கினக் கடனுக்காக அம்மகனையே குடும்பத்துடன் அடிமையாக்கி எழுதிக் குடுத்த அடிமைச் சீட்டு.

வடிவம் : ஓலைச்சுவடி.

கிடைத்த இடம் : திருச்சிராப்பள்ளி மாவட்டம், லால்குடி வட்டம், நெடுஞ்சிலக்குடி ஊரைச் சேர்ந்த மராட்டிய பிராமணக் குடும்பத்திடமிருந்து பெறப்பட்டது.

காலம் : கி.பி. 1854 மே 21.

மூலம் : ஏ. சுப்பராயலு பதிப்பித்த, திருச்சிராப்பள்ளி மாவட்ட ஓலை ஆவணங்கள், (1991) என்ற நூல் பக்: 51.

ஸ்ரீராம ஜயமு ஆநந்த வருஷம் வய்யாசி மாதம் 9 தேதி மாந்துரையில் இறுக்கும் கொண்டயம் பேட்டை றாயர் அவர்கள் றாமசந்திறறாயர் அவர்களுக்கு தாங்கள் பணை பள்ளன் ஆநந்தன் கல்லியாணத்துக்கு ஆக அடுமை சீட்டு யெழுதி குடுத்தபடி யென்னமென்றால் (இதி நாளது) னான் யென் மகன் கோவிந்தன் கல்லியாணத்துக்கு ஆக தாங்கள்யிடத்தில் ரூ13ம் நெல்லு நெல் 5 கலமும் வாங்கி கொண்டு கலியாணம் நடப்பிவிக்குரபடியனாலெ மேற்படி கோவிந்தன் தங்களுக்கு ஆண் அடுமை பெண்அடுமை குடும்ப சகித மாயி பண்ணை அடிச்சு கொண்டு வறுவானாககவும் இந்தபடிக்கு சம்மதிச்சு கலியாணக்கு ஆக அடுமை சீட்டு யெழுதி குடுத்தேன். யிந்த கீரல் ஆநந்தன். சாட்சி யிந்த கீரல் நகரில் இறுக்கும் அய்யா துரைய்யர் பணைபள்ளன் மேற்படி கோவிந்தன் மாமன் ஆறுமுகம் அரிவேன். யிந்த கீரல் மாந்துரையில் இறுக்கும் சன்னாசி அரிவனே.

•

அடிமை ஆவணம் 28

(ஆள் ஒத்திச் சீட்டு)

செய்தி : நிலக்கிழார் ஒருவர் மற்றொரு நிலக்கிழாரிடம் வாங்கிய கடனுக்கான வட்டிக்கு ஈடாக தன் அடிமையை ஒத்தியாக வைத்தமை.

வடிவம் : ஓலைச்சுவடி

கிடைத்த இடம் : காஞ்சிபுரம் மாவட்டம், மாகறல் முதலியார்குடும்பத்தில் இருந்த ஆவணம் தற்போது சென்னை ஆசியவியல் நிறுவனத்தில் உள்ளது.

காலம் : கி.பி. 19ஆம் நூற்றாண்டு .

மூலம் : 'மாகறல் ஆள் ஒத்தி ஓலைகள்' என்ற தலைப்பில் கோ.உத்திராடம் *ஆவணம்* இதழ்; 14இல் (ஜூன் 2000 பக்: 109–110) வெளியிட்ட து.

1. பிங்கல வருடம் ஆவணி மாதம் 6 தேதி மாகரலில் யிருக்கும் சேது முதலியார் குமாரன் முத்தண்ணா முதலியாருக்கு மேற்படி யூரில் யிருக்கும்
2. கிஷ்ணாச்சி சீனுவாச முதலியார் குமாரன் யேகாம்பர முதலியார் யெழுதிக்குடுத்த ஆள் வொத்தி சீட்டு யென்ன வென்
3. றால் யென் அடுமையாகிய பறபொன்னந் மகன் கிஷ்ணன் பரியத்துக்காக முன்னள் வருடம் புரட்டாசி மாதம் முதல் தேதியில்
4. வாங்கின றூபா–4–நாளது தேதியில் மேற்படியான் கல்யாணத்துக்காக வாங்கின றூ–10 ஆக றூ–14 யிந்த றூபாயி பதி
5. னாலுக்கும் வட்டிக்கி யீடாக மேற்படி கிஷ்ணன் யென்பவனை உங்கள் பயிற் வேலைக்காக வைச்சுக்கொண்டு
6. படியும் சிறபணமும் குடுத்து வேலை வாங்கிக் கொள்ளுகுறது மேற்படியான் யெனக்கு வேண்டி

7. வரையில் முதல் ரூபாயி பதினாலும் குடுத்து ஆளை மீட்டுக்கொள்ளுகுறேன் மேற்படி ஆளுக்கு ராசிகம் தெயிவீகம்

8. நேரிட்டால் பதிலுக்கு ஆள் வேண்டியிருந்தாலும் மேல் கண்ட றூபாயி வேண்டியிருந்தாலும் நானே உத்திரவாதம்

9. பண்ணுகுறேன் யிந்தபடி யென்றாசியில் யெழுதிக் குடுத்த ஆள் வொத்தி சீட்டு கிஷ்ணாச்சி ஏகாம்பர முதலி கை எழுத்து

10. சாக்ஷிகள் யிப்படி அறுவேன் மேற்படி யூர்க் . . . முதலி

11. யிப்படி அறுவேன் கடம்பூர் சரவணமுதலி

12. யிந்த சீட்டு யெழுதின மேற்படியூர் திருவத்தூ

13. ர் கந்தப்ப முதலி னெட்டெழுத்து.

•

அடிமை ஆவணம் 29

செய்தி	:	பா படியாளை விலைக்கு வாங்கியவன், விலைக்குவிற்றவரிடம்படியாள்வாங்கியிருந்த கடனை செலுத்திவிட்டான். இதற்காகப் படியாளின் பழைய உரிமையாளர் கடன் தொகையைப்பெற்றுக் கொண்டதற்காக கொடுத்த சீட்டு.
வடிவம்	:	ஓலைச்சுவடி
கிடைத்த இடம்	:	காஞ்சிபுரம் மாவட்டம், மாகறல் முதலியார் குடும்பத்தில் இருந்த ஆவணம். தற்போது சென்னை ஆசியலியல் நிறுவனத்தில் உள்ளது
காலம்	:	கி. பி. 19 ஆம் நூற்றாண்டு.
மூலம்	:	'மாகறல் ஆள் ஒத்தி ஓலைகள்' என்ற தலைப்பில் கோஉத்திராடம் *ஆவணம்* இதழ்; 14இல் (ஜூன் 2000 பக்: 109–110) வெளியிட்டது.

1. விரோதி வருடம் ஆனி மாதம் 11 தேதி மாகறல் கிஷ்ணாச்சி ஆறுமுக முதலியாருக்கு தமனூர் கந்தசாமி முதலியார்
2. யெழுதிக்கொடுத்த ரசீது யென்னுடைய படியாள் ஆச்சனென்பவன் சென்ற சுபானு வருடத்தில்
3. யென் வேலையை விட்டு ஓங்களிடத்தில் படி வேலை செய்யுரபடியால் மேற்படியான் கல்யாணத்துக்காக
4. யென்னிடத்தில் மேற்படி யான் வாங்கி இருந்த ரூ. 14 இந்த ரூபா பதினாலும் நீங்கள் யெனக்கு குடுப்பதாய் ஒப்பு கொண்டு
5. மேற்படி சுபானு வருஷத்தில் தை மாதத்தில் தபா ரெண்டுக்கு னான்பத்தி கொண்ட ரூபா–11 போக மீதி பாக்கி ரூபா மூணும்
6. நாளது தேதியில் பத்தி கொண்டேன் ஆக ரூபா–14க்கும் இதுவே ரசீதாக படி கொள்ளவும்
7. கந்தசாமி முதலி கையெழுத்து
8. சின்னாந் லெகூஷின முதலி (அறுவேன்)
9. திசரவண முதலியார் அறுவேன்

•

அடிக்குறிப்புகள்

பக். 18

1. கிளாடியேட்டர்கள் குறித்த விரிவான செய்திகளுக்கு MICHAEL Grant எழுதிய Gladiators என்ற நூலைப் படிக்கலாம். ஸ்பார்ட்டகஸ் என்ற கிளாடியேட்டரை மையமாக வைத்து ஹோவர்ட் ஃபாஸ்ட் என்ற அமெரிக்க எழுத்தாளர் "ஸ்பார்ட்டகஸ்" என்ற தலைப்பில் வரலாற்று நாவலொன்றை எழுதியுள்ளார். பின்னர் இது திரைப்படமாகவும் வந்தது. தமிழில் இந்நாவல் மொழிபெயர்க்கப்பட்டு இதே பெயரில் வெளிவந்துள்ளது.

பக். 41

2. 1919ஆம் ஆண்டு கல்வெட்டறிக்கையில் (ARE 1919:97) இக்கல்வெட்டிற்கு Rights of Women to hold Property என்று தலைப்பிட்டு பின்வருமாறு விளக்கம் தரப்பட்டுள்ளது.

   It shall be a rule that a women who is wedded to a person, shall on the demise of the latter, become the owner of the lands, slaves, jewels or other valuables and the cattle of her deceased husband.

   இவ்விளக்கத்தைப் பின்பற்றியே சதாசிவப் பண்டாரத்தார் தமது "பிற்கால சோழர் வரலாறு" நூலின் மூன்றாம் பாகத்தில் (1971:104–105) "கணவன் இறந்த பின்னால் அவனுடைய நிலங்களும் அடிமைகளும் பிற பொருள்களும் அவன் மனைவிக்குரியவாகும் என்ற குலோத்துங்க சோழ சதுர்வேதி மங்கலச் சபையார் இரண்டாம் இராசாதிராசன் ஆட்சியின் பதினான்காம் ஆண்டில் செய்தமுடிவு ஒன்று ஆச்சாள்புரத்திலுள்ள கல்வெட்டொன்றில் காணப்படுகிறது." என்று எழுதியுள்ளார். இதுவரை வெளியான கல்வெட்டுத் தொகுப்புகளில் இடம்பெறாத இக்கல்வெட்டை ஆர். திருமலை (1987: 181–182) தமது நூலில் பின்னிணைப்பாக, வெளியிட்டுள்ளார். அத்துடன் *If any bonded labour of a landholder married another and if the landholder died, the land holding, bonded labour, personal ornaments, cattle and the wife of the bonded labour, shall devolve on the son of the landholder.* என்று விளக்கமளித்துள்ளார். இவ்விளக்கம் பொருத்தமாகவுள்ளது.

பக். 49

3. அடிமைகளை ஏலம் விட்டதன் எச்சம் இன்றும் தமிழ்நாட்டு சைவக்கோவில்களிலும் கத்தோலிக்கத் தேவாலயங்களிலும் காணப்படுகிறது.குழந்தையின் நலம் வேண்டி, வேண்டுதல் செய்து கொண்டவர்கள் கோவிலில் குழந்தையை ஏலம் விடுவார்கள். முன்னரே செய்து கொண்ட ஏற்பாட்டின்படி உறவினர்களில் ஒருவர் குறிப்பிட்ட தொகைக்குக் குழந்தையை ஏலத்தில் எடுப்பார். பின் கோவில் உண்டியலில் குழந்தையின் பெற்றோர்கள் ஏலத்தொகையைப் போட்டுவிடுவர். அதன்பின் ஏலம் எடுத்தவரிடமிருந்து குழந்தையைத் திரும்பப் பெற்றுக்கொள்வர். இச்சடங்கின் வாயிலாக குழந்தையை தெய்வத்திடமிருந்துப் பெற்றுக்கொண்டதாக நம்புகின்றனர். நெல்லை, தூத்துக்குடி மாவட்டக் கடற்கரைக் கிராமங்களிலுள்ள கத்தோலிக்க தேவாலயங்களில் “விற்றுக் கொடுத்தல்” என்ற பெயரில் இச்சடங்கு நிகழ்கிறது. இதன்படி தேவமாதாவுக்குக் குழந்தை விற்றுக்கொடுக்கப்படும். குறிப்பிட்ட தொகையை, குழந்தையுடன் கணக்குப்பிள்ளை யிடம் கொடுத்துவிடுவர், அவர் தேவமாதா பீடத்தில் குழந்தையைப் படுக்கப் போட்டுக் குழந்தையின் பெயரையும் அதன் விலையையும் உரக்கச்சொல்லிப் பணத்தைக் கோவில் உண்டியலில் போட்டுவிடுவார். தேர்த்திருவிழாவின்போதும் இச்சடங்கு நிகழும். அப்போது குழந்தையைத் தேரின் மீது படுக்க வைத்து அக்குழந்தையின் விலையைக் கோவில் கணக்குப்பிள்ளை உரக்கக் கூறுவார். பின்னர் குழந்தையின் பெற்றோர் தந்த தொகையைத் தேரில் உள்ள உண்டியலில் போட்டுவிடுவார்.

பக். 56

4. கிழவன் சேதுபதி *(1674–1710)* என்ற சேதுபதி மன்னன் காலத்தில்தான் போகளூரிலிருந்து சேதுபதிகளின் தலைமையிடம் இராமநாதபுரத்திற்கு மாற்றப்பட்டது.

பக். 56

5. புதுக்கோட்டை, சிவகங்கை மன்னர்கள் சேதுபதி பரம்பரையினரால் உருவாக்கப்பட்டவர்கள் தாம்.

பக். 56

6. இராமேஸ்வரம் அம்மன் பெயர் பர்வதவர்த்தினி ஆகும். அப்பெயரை தமிழில் "மலைவளர்க்காதல" என்பர். தொடக்கத்தில் இப்பெயரே இருந்திருக்க வேண்டும். மலைவளர்க்காதலி என்ற பெயரின் சுருக்கமே "காதலி" என்பதாகும் (இராசு 1994:228)

பக். 57

7. இராமநாதபுரம் பகுதியில் இன்று நிலவும் சாதிய முரண்பாடுகளுக்கான வரலாற்றுக் காரணங்களுள் ஒன்றாக இச்செப்பேடுகள் கூறும் செய்திகளைச் கொள்வதற்கு இடமுண்டு.

பக். 58

8. இந்தியாவின் மீது படையெடுத்த கஜினி முகம்மதுவின் தந்தை ஓர்அடிமைதான். அவர் பணிபுரிந்த மன்னர் அவரை மருமகனாக ஏற்றுக்கொண்டார். கஜினி முகம்மதுவை அடுத்து வந்த கோரி முகம்மது குத்புதின் என்ற தனது அடிமையை கி.பி. 1195இல் அரசப்பிரதிநிதயாக டெல்லியில் நியமித்தார். அடிமை சுல்த்தான்களின் மரபை குத்புதின் டெல்லியில் தோற்றுவித்தார். கி.பி. 1560இல் அக்பர் அடிமை வாணிபத்தைத் தடை செய்ததுடன் 1582இல் தனது அடிமைகளை விடுதலை செய்தார். அடிமைகளின் மீது இறுக்கமான கட்டுப்பாடுகளை இஸ்லாம் விதிக்கவில்லை என்பதை இச்செய்திகள் உணர்த்துகின்றன. எனவே அடிமைகளை விலைக்கு வாங்கி அவர்களை விடுவிக்கும் வழக்கம் தமிழக இஸ்லாமியர்களிடம் இருந்திருக்கும் வாய்ப்புள்ளது. அதேநேரத்தில் அடிமை களை இஸ்லாமியர்கள்விலைக்கு வாங்கியுள்ளனர் என்ற உண்மையையும் மறுப்பதற்கில்லை.

பக். 62

9. இந்தியாவின் கவர்னர் ஜெனரலாக இருந்த வெல்லஸ்லி (1798–1805) ஆங்கில ஆட்சியை நிலைநிறுத்தும் வழிமுறை களில் ஒன்றாக துணை நிலைத்திட்டம் (Subsequency System) என்ற பெயரில் ஒரு திட்டத்தை இந்திய மன்னர்கள் மீது திணித்தார். இத்திட்டத்தின் ஓரங்கமாக மன்னராட்சியை மேற்பார்வையிட்டுக் கட்டுப்படுத்தும் அதிகாரம் கொண்ட ஆங்கில அரசியல் முகவர் ஒருவர் நியமிக்கப்பட்டார். இம்முகவரின் பதவிப் பெயர் ரெசிடெண்ட் என்பதாகும்.

பக். 66

10. இந்தியாவின் வைஸ்ராயாக இருந்த லாஸ்ஸ்டோன் (1888 –1894) பெண்களின் திருமண வயதை 12 என்று வரையறுத்து *Age of Consents Act* என்ற சட்டத்தை 1891இல் கொண்டுவந்தார்.

பக். 71

11. ஒருவரது கழுத்தைக் கயிறால் சுற்றி கயிற்றின் இரு முனை களால் கால் கட்டை விரல்கள் இரண்டையும் கட்டி விடுவர். இதனால் நிமிர முடியாமல் குனிந்த நிலையிலேயே இருக்க வேண்டியதாய் இருக்கும். இந்நிலையில் முதுகின் மேல் ஒரு கல்லை வைத்துவிடுவர் என்று சென்னைப் பல்கலைக்கழகத்தின் *Tamil Lexicon, (*Vol.I:P.*60)* அண்ணாந்தாள் என்பதற்கு விளக்கம் தருகிறது.

பக். 76

12. "*Women in the temple, the Palace, and the family; the Construction of women's identities in pre colonial Tamilnadu* என்ற தலைப்பில் *Leslie C. Orr's* எழுதிய இக்கட்டுரை "*Structure and Society in Early South India*" என்ற நூலில் இக்கட்டுரை இடம்பெற்றுள்ளது. இது தமிழில் மொழிபெயர்க்கப்பட்டு "தமிழகக் கல்வெட்டுக்களில் பெண்கள்" என்ற தலைப்பில் குறுநூலாக வெளிவந்துள்ளது. இக்குறு நூலிலிருந்தே இம்மேற்கோள் எடுத்தாளப்பட்டுள்ளது.

பக். 91

13. "மாட்டுச்சாணத்தை மண்குடத்திலிட்டு தண்ணீரை ஊற்றிச் கரைப்பார்கள், பின்பு அதை துணியால் வடிகட்டுவர்". இவ்வாறு வடிகட்டப்பட்ட நீர் சாணிப்பால் எனப்படும். இதைக் குடிக்க வைத்தலே 'சாணிப்பால் கொடுத்தல்' எனப்பட்டது. (ராமகிருஷ்ணன் *1993:37)*

•

துணை நூற்பட்டியல்

(அ) கல்வெட்டுகள், செப்பேடுகள், ஓலை மற்றும் காகித ஆவணங்கள்

Annual Report on Indian Epigraphy - for the years 1913, 1918, 1919, 1983

Inscriptions (Text) of the Pudukottai state.

South Indian Inscriptions, Volumes - IV, VIII, XVII, XXII, XXVI, XLI

Travancore Archeological Series, Vol. II & III.

Desikavinayagam Pillai, 1931-33, The *Mudaliar Manuscripts*, Trivandrum:

Kerala Society Papers, Vol. II Serial 7.

ஆனந்தரங்கப் பிள்ளை, 1998, ஆனந்தரங்கபிள்ளை சொஸ்தலிகித நாட்குறிப்பு, தொகுதி 1, புதுச்சேரி: கலைப் பண்பாட்டுத் துறை, புதுவை அரசு.

இராசு, 1991, கொங்கு சமுதாய ஆவணங்கள், தஞ்சாவூர்: தமிழ்ப் பல்கலைக்கழகம்.

- -, 1994, சேதுபதி செப்பேடுகள், தஞ்சாவூர்: தமிழ்ப் பல்கலைக்கழகம்.

- -, 2004, தொண்டைமான் செப்பேடுகள், தஞ்சாவூர்: தமிழ்ப் பல்கலைக்கழகம்.

உத்திராடம், 2000, மாகறல் ஆள் ஒத்தி ஓலைகள், பக். 109–110, ஆவணம், எண் 14, ஜூன் 2000.

கமல், 1992, சேதுபதி செப்பேடுகள், இராமநாதபுரம்: ஷர்மிளா பதிப்பகம்.

கிருஷ்ணமூர்த்தி, ச. காளையுக்தி ஆண்டு, அடிமை விற்பனை குறிக்கும் ஆள் ஓலைகள், கல்வெட்டு, எண் 17, சென்னை: தமிழக அரசின் தொல்லியல் துறை.

கோவிந்தராசன், சி., தெய்வநாயகம், சி.கோ., 1984, கரந்தைச் செப்பேடுகள், மதுரை: மதுரை காமராசர் பல்கலைக்கழகம்.

சர்வேஸ்வரன், ப. (ப.ஆ), 1982 ஓட்டன் கதை, மதுரை.

சுப்பராயலு (ப.ஆ), 1991. திருச்சிராப்பள்ளி மாவட்ட ஓலை ஆவணங்கள், தஞ்சாவூர்: தமிழ்ப் பல்கலைக்கழகம்.

சுப்ரமணியன், பா., (ப.ஆ), 1989. தஞ்சை மராட்டிய மன்னர் மோடி ஆவணத் தமிழாக்கமும் குறிப்புரையும், தஞ்சாவூர்: தமிழ்ப் பல்கலைக்கழகம்,

துரைராசு, மு., 2003. மராட்டியர் காலத்து ஆள்விலை ஆவணம், 102–103, ஆவணம், இதழ் 14.

பெருமாள், அ. கா. 1999, நாஞ்சில் நாட்டு முதலியார் ஓலைச்சுவடிகள் காட்டும் சமூகம், சென்னை: மக்கள் வெளியீடு.

லெட்சுமணன், சி., 2000, ஆனந்தூர்க் கல்வெட்டு, பக். 70, 71, ஆவணம், இதழ் 14.

ஜெயசீல ஸ்டீபன், 1997, புதுவை ஆவணக் காப்பகத்தில் ஓர் அடிமை சாதனம், பக். 96, ஆவணம், இதழ் 8.

ஸ்ரீதர், தி.ஸ்ரீ., 2005, தரங்கம்பாடி ஓலை ஆவணங்கள், சென்னை.

ஆ) இலக்கியம், இலக்கணம், நிகண்டு, அகராதி

அருணாசலம், மு., (ப.ஆ), முக்கூடற் பள்ளு.

அருணாசலம் பிள்ளை , மு., 1975. தொல்காப்பிய அகத்திணை இயல்உரை வளம், மதுரை: மதுரை காமராசர் பல்கலைக்கழகம்.

ஆறுமுகநாவலர் (ப.ஆ), சூடாமணி நிகண்டு.

கந்தசாமி முதலியார் & தேவநேயப் பாவணர், 1962. தொல்காப்பியம் (சொல்லதிகாரம்), சேனாவரையம்.

கோவிந்தராசன், சி., 1987, கல்வெட்டுக் கலைச்சொல் அகரமுதலி.

சோமசுந்தரனார், பொ. வே. (உ. ஆ), பட்டினப்பாலை.

சுப்பராயலு, 2002. கல்வெட்டுச் சொல்லகராதி, சாந்தி சாதனா,

சுப்ரமணிய முதலியார், சி.கே., திருத்தொண்டர் புராணம் என்னும் பெரிய புராணம், பகுதி 3, பகுதி 6

சுந்தரமூர்த்தி சுவாமிகள் தேவாரம், காசித்திருமடம் திருப்பனந்தாள்.

சுந்தரமூர்த்தி, இ., சண்முகம் பிள்ளை , மு., 1990. திவாகரம், முதல்தொகுதி.

சேந்தன் திவாகரம் – பிங்கலம் – சூடாமணி. சாந்தி சாதனா சென்னை 600 028

திருமந்திரம் (மூலம்), திருவாவடுதுறை: திருவாடுவதுறை ஆதினம்.

திருவிசைப்பா திருப்பல்லாண்டு, 2002., திருப்பனந்தாள்; காசித் திருமடம்.

துரைசாமி பிள்ளை, ஔவை (உ. ஆ), புறநானூறு.

நச்சினார்க்கினியர் (உ.ஆ), கலித்தொகை.

பதினெண்கீழ்க்கணக்கு (மர்ரே பதிப்பு),

பின்னத்தூர் நாராயணசாமி ஐயர் (உ.ஆ), நற்றிணை

பூலோக சிங்கம் 1990 இந்து கலைக்களஞ்சியம், கொழும்பு – இந்து சமய கலாச்சார திணைக்களம்.

மயிலை மாதவதாசன் (ப.ஆ), நாலாயிர திவ்ய பிரபந்தம், சென்னை: மணலி லெட்சுமண சுவாமி முதலியார் அறக்கட்டளை,

மாணிக்கவாசகர் முதலியார் (ப.ஆ), திருநாவுக்கரசு நாயனார் அருளிச் செய்த தேவாரத் திருப்பதிகங்கள், தருமபுரம்; தருமபுர ஆதினம்.

Jeyaseela Stephen 2020 Portuguese-Tamil Dictionary (போர்ச்சுக்கீசு –தமிழ் அகராதி) Puducherry 605 009

இ) நூல்கள், கட்டுரைகள் (தமிழ்)

அம்பேத்கர், 1999, எது மிகவும் கொடுமையானது அடிமைத்தனமா? தீண்டாமையா? பக். 99–128, அம்பேத்கர் நூல் தொகுப்பு, தொகுதி 9.

இராச மாணிக்கனார், 1960, கல்வெட்டுக்களும் அரசியல் வரலாறும், *Journal of the Annamalai University, Vol. XXII.*

இராமகிருஷ்ணன் 1971, இந்தியப் பண்பாடும் தமிழகமும், மதுரை: மீனாட்சி புத்தக நிலையம்,

இராமசாமி, அ., 1990, தமிழ்நாடு மாவட்ட விவரச் சுவடிகள், (இராமநாதபுரம் மாவட்டம்) சென்னை .

கனகசபை, 1982 1800 *ஆண்டுகட்கு முற்பட்ட தமிழகம்*, சென்னை: சைவ சித்தாந்த நூற்பதிப்புக் கழகம்.

கைலாசபதி, க., 1966, சென்னை. *பண்டைத் தமிழர் வாழ்வும் வழிபாடும்.*

சதாசிவப் பண்டாரத்தார். தி.வை., (1971), அண்ணாமலை நகர். *பிற்கால சோழர் வரலாறு.*

சாமிநாதையர், 1991. *நினைவு மஞ்சரி*, பாகம் 2. சென்னை.

சிவசுப்பிரமணியன். ஆ. 2015 *தமிழக வரலாற்றில் தரங்கம்பாடி*, நியூ செஞ்சுரி புக் ஹவுஸ் (பி) லிட். சென்னை.

சிவத்தம்பி, கா., 1971, திணைக்கோட்பாட்டின் சமூக அடிப்படைகள், *ஆராய்ச்சி*, ஜூலை 1971, பாளையங்கோட்டை.

சுபாஷ் சந்திரபோஸ், 1999 தஞ்சாவூர். சாம்பவான் ஓடை சிவராமன்.

நொபுரு கராசிமா, ஏ.சுப்பராயலு 2017: *தமிழகத்தில் சாதி உருவாக்கமும் சமூக மாற்றமும்*. நியூ செஞ்சுரி புக் ஹவுஸ் (பி)லிட் . சென்னை 600 098

பதுமநாபபிள்ளை, 1944, *தாழைக்குடி சரிதமும், சயன்தீசர் அழகம்மன் கோவிலும்.*

பால சுப்பிரமணியன், மா., *சோழர்களின் கலாச்சார வரலாறு*, பாகம் – II பக். 238–239.

பிரிட்டோ வின்செண்ட் 2002, *தூய சவேரியார் கடிதங்கள்*, பாளையாங்கோட்டை – நாட்டார் வழக்காற்றியல் ஆய்வு மையம்.

பிள்ளை, கே.கே., 1981, *தமிழக வரலாறு மக்களும் பண்பாடும்.*

பெருமாள், அ.கா., 1995, நாகர்கோவில். *குமரி மாவட்ட வரலாறு*,

மார்க்சிய காந்தி, நா, 1979, *தமிழகத்தில் அடிமைகள்* – பக். 221–222, *தமிழ்நாடு வரலாற்றுக் கருத்தரங்கு*, சென்னை.

ராமகிருஷ்ணன், என், 1993, *பண்ணை அடிமைத் தனத்திற்கு எதிரான போராட்டத்தில் பி.எஸ். தனுஷ்கோடி*, சென்னை: சென்னை புக் ஹவுஸ்.

லெஸ்லி சீ. ஓர், 2003. *தமிழகக் கல்வெட்டுக்களில் பெண்கள்*, கோயம்புத்தூர்: விடியல் பதிப்பகம்.

வீரையன், கோ., 1998. *தமிழ்நாடு விவசாயிகள் இயக்கத்தின் வீரவரலாறு*, சென்னை : சௌத் விசன் வெளியீடு,

வெள்ளை வாரணனார், 2002. *சைவ சித்தாந்த சாத்திர வரலாறு*, தஞ்சாவூர்: தமிழ்ப் பல்கலைக்கழகம்.

வேங்கட ராமையா, 1984, தஞ்சாவூர். *தஞ்சை மராட்டிய மன்னர்கால அரசியலும் சமுதாய வரலாறும்*, தமிழ்ப் பல்கலைக்கழகம்.

ஜாய் ஞானதாசன், 1998. *ஒரு மறக்கப்பட்ட வரலாறு*, மதுரை: இந்தியக்கல்விக் கழகம்.

ஜெயசீல ஸ்டீபன், எஸ். 2018. *காலனியத் தொடக்ககாலம் (கி.பி.1600–1800)* நியூ செஞ்சுரி புக் ஹவுஸ்(பி)லிட். சென்னை 600 098

ஈ) நூல்கள், கட்டுரைகள் (ஆங்கிலம்)

Arasaratnam S., Slave Trade in the Indian Ocean in the Seventeenth Centure Mariners, Merchants and Oceans, *Studies in Maritime History*, Ed., Mathew. K.S. (1995), New Delhi.

Champaklakshmi, *1999. Trade Ideology and Urbanization,* Madras: Oxford University Press.

Dharma Kumar, 1965, *Land and Caste in South India.*

Deveraj Chanana, 1990. *Slavery in Ancient India,* New Delhi: People's Publishing House.

Gunnel, Gederlof, 1997. Bonds Last, New Delhi: Manohar Books.

jeyaseela Stephen 2021 From Eropean Dwelling Settlements To Global. cities. Primus Books. Delhi110 009

Kusuman, K.K., Trivandrum. *Slavery in Trvancore,*

Luddun, David, 1989, Madras. *Peasant History in South India.*

Manickam, S., 1982 Madras. *Slavery in the Tamil Country.*

Nagaswamy, R., Nazha Aandu. Pandya Arikesari and the Dates of Saivite and Vaishnavite Saints. *கல்வெட்டு*, நள ஆண்டு சித்திரைத் திங்கள், இதழ் 9, சென்னை.

Nilakanta Sastri, *The Colas,*

Nilakanta Sastri, K.A., 1972, *Foreign Notices of South India.*

Paramartha Lingam, 1995, *Social Reform Movement in Tumilnadu,* Madurai: Rajakumar Publications.

Perumal A.k. 2003 *Anuzam Thirunal Marthanda Varma in Folk Tradition.* D.L.A. News. December2003 Thiruvananthapuram

Ramasamy Naidu, 1834, Remarks on the Revenue System and Landed Tenures of the provinces under the Presidency of Fort. St. George, *Jounal of the Royal Asiatic Society,* Part - I.

Richard, F.J., (1918). *Salem District Gazeteer.*

Sathiananthaier, R., (1956), *Tamilahem in the 17th Century.*

Swaminathan, (1978), Adimaikal (Slaves) in the Chola Temples and Mathas, *Bulletion of the Institute of Traditional Cultures* Madras, January to June.

Thomas P. J.. Anandramakrishnan, K.G., (1940). *Some South Indian Villages, A Resurvey*

Venantious Fernando, S., 1977. The *Impact of the Portuguese Padroado on The Indian Pearl Fishery Coast,* Un Published Doctoral thesis, Urban University, Rome, St. Peter's College.